சிறகுக்குள் வானம்

AF761279

ஆர். பாலகிருஷ்ணன்

பாரதி
புத்தகாலயம்

SIRAKUKKUL VAANAM (in Tamil)
A.BALAKRISHNAN
First Published: Uyirmai May, 2012, Second Print: May, 2013
Our Edition: July, 2016 | Third Print: December, 2022

Published by

BHARATHI PUTHAKALAYAM

7, Elango Salai, Teynampet, Chennai - 600 018

Email: bharathiputhakalayam@gmail.com | www.thamizhbooks.com

சிறகுக்குள் வானம்
ஆர்.பாலகிருஷ்ணன்
முதற் பதிப்பு: உயிர்மை பதிப்பகம், மே, 2012; இரண்டாம் அச்சு: மே, 2013
எமது பதிப்பு: ஜூலை, 2016 | மூன்றாம் அச்சு: டிசம்பர், 2022

வெளியீடு:

பாரதி புத்தகாலயம்

7, இளங்கோசாலை, தேனாம்பேட்டை, சென்னை - 600 018
தொலைபேசி : 044-24332424, 24330024, விற்பனை: 24332924

விற்பனை நிலையங்கள்
அருப்புக்கோட்டை: கதவுஎண் 49 A/4 மெயின் ரோடு, தெற்கு தெரு - 9994173551
ஈரோடு: 39: 39 ஸ்டேட் பாங்க் சாலை - 9245448353
கரூர்: நாரத கானசபா அருகில் (TNGEA OFFICE)- 9442706676
காரைக்குடி : 12, 2 வது தெரு, கம்பன் மணிமண்டபம் பின்புறம் - 9443406150
கும்பகோணம்: 352, ரயில் நிலையம் எதிரில் - 9443995061
குன்னூர்: N.K.N வணிக வளாகம் பெட்போர்ட்
கோவை: 77, மசக்காளிபாளையம் ரோடு, பீளமேடு - 8903707294
சிதம்பரம்: 22A / 18B தேரடி கடைத் தெரு, கீழவீதி அருகில் - 9994399347
செங்கல்பட்டு: 1 D ஜி.எஸ்.டி சாலை - 044 27426964 | **சேலம்:** 15, வித்யாலயா சாலை சாலை
சேலம்: பாலம் 35, அத்வைத ஆஸ்ரமம் சாலை 0427 2335952
தஞ்சாவூர்: காந்திஜி வணிக வளாகம் காந்திஜி சாலை - 9655542400
திண்டுக்கல்: பேருந்து நிலையம் - 9942331105, 9976053719
திருச்சி: வெண்மணி இல்லம், கரூர் புறவழிச்சாலை - 9994289492
திருநெல்வேலி: 25A, ராஜேந்திரநகர் - 9442149981 | **திருப்பூர்:** 447, அவினாசி சாலை - 9486105018
திருவண்ணாமலை: முத்தம்மாள் நகர் | **திருவல்லிக்கேணி:** 48, தேரடி தெரு - 9444428358
திருவாரூர்: 35, நேதாஜி சாலை - 9442540543
நாகர்கோவில்: 699 கே.பி.ரோடு R.V.புரம் - 9443450111
நெய்வேலி: பேருந்து நிலையம் அருகில், - 9443659147
பழனி: பேருந்து நிலையம் அருகில் - 7010760693
பாண்டிச்சேரி : கிழக்கு கடற்கரைச்சாலை, இலாசுப்பேட்டை, 9486102777
பெரம்பூர்: 52, கூக்ஸ் ரோடு - 9444373716 | **மதுரை:** 37A, பெரியார் பேருந்து நிலையம் - 045 22324674
மதுரை: சர்வோதயா மெயின்ரோடு
வடபழனி: பேருந்து நிலையம் எதிரில் அடையார் ஆனந்தபவன் மாடியில் - 9444476967
விருதுநகர்: 131, கச்சேரி சாலை - 0456 2245300 | **வேலூர்:** பேஸ் III, சத்துவாச்சாரி - 9442553893

முகப்பு, உள்ஓவியங்கள்: டிராட்ஸ்கி மருது

நினைத்த நூல்கள்... நினைத்த நேரத்தில்...

thamizhbooks.com

8778073949

BharathiTV | www.bookday.in

அச்சு: பிரிண்டெக், சென்னை - 600 005.

ஆர்.பாலகிருஷ்ணன்

ஐ.ஏ.எஸ். தேர்வில் வெற்றி பெற்ற முதல் தமிழ் இலக்கிய மாணவர். திண்டுக்கல் மாவட்டம் நத்தம், இவரது சொந்த ஊர், பெற்றோர் திரு அ.ரெங்கராஜு திருமதி. தனலெட்சுமி, மதுரையில் பள்ளி, கல்லூரிக் கல்வி பயின்றார்.

நான்காண்டுகள் தினமணி நாளிதழில் உதவி ஆசிரியராகப் பணியாற்றிய இவர். 1984 ஆம் ஆண்டு முதல் முயற்சியிலேயே ஐ.ஏ.எஸ் தேர்வில் வெற்றி பெற்றார்.

ஒடிஸா மாநில அரசிலும், மைய அரசிலும் பல்வேறு முக்கியப் பொறுப்புகளை வகித்துள்ள பாலகிருஷ்ணன் பேரிடர் மேலாண்மை, தேர்தல் மேலாண்மை போன்ற துறைகளில் சிறப்புத் தடம் பதித்துள்ளார். இந்தியத் தேர்தல் மேலாண்மையில் இவரது பங்களிப்பிற்காக "தைனிக் பாஸ்கர்" ஊடகக் குழுமத்தின் "இந்தியப் பெருமை.2011 விருதுபெற முன்னாள் உச்சநீதிமன்றத் தலைமை நீதிபதி ஜெ.எஸ்.வர்மா தலைமையிலான நடுவர் குழு இவரைத் தேர்ந்தெடுத்தது.

பாலகிருஷ்ணன் ஓர் இந்தியவியல் ஆராய்ச்சியாளர். இடப்பெயராய்வு இவரது ஆய்வுக்களமாகும். இவரது ஆய்வுக் கட்டுரைகள் பல்வேறு ஆய்விதழ்களில் வெளியாகியுள்ளன. இந்தியாவிலுள்ள பல முன்னணிப் பல்கலைக்கழகங்களில் இவர் ஆய்வுச் சொற்பொழிவாற்றியுள்ளார். சிந்துசமவெளி நாகரிகம் நிலவிய நிலப்பகுதிகளில் இன்றுவரை வழக்கிலுள்ள பல ஊர்ப்பெயர்களுக்கும் பழந்தமிழ்ச் சங்க இலக்கியங்களில் வழங்கிய ஊர்ப்பெயர்களுக்கும் மிகப்பெரும் ஒற்றுமை உள்ளதைக் கண்டறிந்து வெளிப் படுத்தியுள்ளார். சிந்துசமவெளி நாகரிகத்திற்கும் பழந்தமிழ்த் தொன்மங்களுக்குமிடையில் இருந்திருக்கக்கூடிய தொடர்புகளைப் பன்முகத் தரவுகளின் துணைகொண்டு மதிப்பிடுவதே இவரது தற்போதைய ஆய்வுகளின் மையப் பொருளாகும்.

இவரது கவிதைத் தொகுப்பான 'அன்புள்ள அம்மா' 1991 இல் வெளியானது.

பாலகிருஷ்ணன் தற்போது ஒடிசா மாநிலை கூடுதல் தலைமைச் செயலர் (நிதித்துறை) மற்றும் அம்மாநிலத்தின் வளர்ச்சி ஆனையர் பொறுப்பில் உள்ளார். புவனேஸ்வரத்தில் வசிக்கிறார்.

மின்னஞ்சல்: bali909@gmail.com

வாழ்த்துரை

திரு. நீ.கோபாலஸ்வாமி, ஐ.ஏ.எஸ். (ஓய்வு)
முன்னாள் தலைமைத் தேர்தல் ஆணையர்,
இந்தியத் தேர்தல் ஆணையம், புது தில்லி

1999-ல் நான் தேசிய மனித உரிமை ஆணையத்தின் மேனிலைச் செயலாளராகப் பணியாற்றி வந்த போது ஒடிஸா மாநிலத்தைத் தாக்கிய கடும் புயலுக்குப் பின்னர் மீட்புப் பணிகளைப் பார்வையிட ஆணையத் தலைவரான நீதியரசர் திரு ஜே.எஸ். வர்மா அவர்களின் விருப்பத்தின் பேரில் ஒடிஸா சென்றேன். அப்போதுதான் திரு. ஆர். பாலகிருஷ்ணனை மீட்புப் பணிகளைத் திறம்படச் செயல்படுத்திய ஒரு மாவட்ட ஆட்சித் தலைவராக முதன்முறையாக அறிந்து கொண்டேன்.

2002 ஆம் ஆண்டில், நான் மத்தியப் பண்பாட்டுத்துறைச் செயலராகப் பணிபுரிந்த போது, ஒடிஸா மாநிலம் கோனார்க்கிலுள்ள சூரியக் கோயிலை ஒரு சிறந்த சுற்றுலாத் தலமாக உயர்த்திட ஒரு திட்டத்துடன் பாலகிருஷ்ணன் என்னைச் சந்தித்தார். அப்போது, அவர் ஒடிஸா மாநிலத்தின் சுற்றுலா மற்றும் பண்பாட்டுத் துறைச் செயலராகப் பணியாற்றிக்கொண்டிருந்தார். அவரது பேச்சும் செயல்திறனும் என்னை வெகுவாகக் கவர்ந்தன. அவரைப் பற்றி நான் ஏற்கனவே அறிந்துவைத்திருந்ததை மெய்யாக்கியது அந்தச் சந்திப்பு.

2005ஆம் ஆண்டில், தேர்தல் ஆணையத்திற்குப் பொருத்தமான ஒரு துணைத் தேர்தல் ஆணையரைத் தேடிக்கொண்டிருந்தபோது அவரது பெயர் மத்திய அரசுப் பணிக்கு வரவிருப்போரின் பட்டியலில் உள்ளது என்பதை அறிந்தேன். “உங்கள் திறமைக்கும் பல்வேறு துறைகளிலான பரந்த அனுபவத்திற்கும் ஏற்றமுள்ள மற்ற பல துறைகள் காத்திருக்கும். இருந்த போதிலும் நீங்கள் தேர்தல் ஆணையத்தில் பணி புரிவதை விரும்புவீர்களா?” என்று கேட்டேன். சிறிதும் தயங்காமல் அவர் ஒப்புக்கொண்டார். அந்த முடிவு அவருக்குச் செய்த நன்மைகளைவிடப் பல மடங்கு ஆணையத்திற்கு

நன்மையாக விளைந்தது என்று உறுதிபட என்னால் சொல்லவியலும்.

முதன்முதலில் மேற்கு வங்காளம் (2006) பின்னர் உத்திரப்பிரதேசம் (2007) ஆகிய இரண்டு மாநிலத்தேர்தல்களுக்கு அவர் பொறுப்பேற்று நடத்திய விதம் ஆணையத்திற்குப் பெருமை சேர்த்தது. நலிவடைந்த பிரிவினர் அச்சமின்றி வாக்களிக்க வழிசெய்யும் புது முறையை அவர் பரிந்துரைத்தார். அவரது திட்டத்தை ஆணையம் ஏற்றுக்கொண்டதைத் தொடர்ந்து அவரே அதைச் செயல்படுத்தினார். அந்தப் புதியமுறை அனைவராலும் வெகுவாகப் பாராட்டப்பெற்றது.

முறையான, குளறுபடியற்ற வாக்காளர் பட்டியலைத் தயாரிப்பதுதான் நேர்மையான தேர்தலின் முதற்படி. இப்பணியைச் சீரமைக்க வாக்குச் சாவடியை மையமாகக் கொண்ட வாக்குச் சாவடி அதிகாரி (Booth Level Officer) என்ற புதிய முறையை அவர் வடிவமைத்து ஆணையத்திற்குப் பரிந்துரைத்தார். அது ஏற்கப்பட்டு இன்று நாடு முழுவதும் அமல்படுத்தப்பட்டு தேர்தல் மேலாண்மையின் மிகவும் பயனுள்ள நடைமுறையாக உருவெடுத்துள்ளது.

தேர்தல் பணியில் ஈடுபடும் அலுவலர்கள் தங்களின் வாக்குகளை அஞ்சல் முறையிலோ, வாக்குச் சாவடியிலோ பதிவு செய்வதில் பல நடைமுறைச் சிக்கல்கள் இருந்தன. அதனால், அவர்களின் வாக்குப்பதிவு மிகமிகக் குறைவாகவே இருந்தது. இந்தப் பிரச்சினையைத் தீர்க்க, பாலகிருஷ்ணன் வடிவமைத்த புதியநடைமுறை திரிபுராவிலும் பின்னர் மத்தியப்பிரதேசத்திலும் வெற்றிகரமாகக் கையாளப்பட்டது. பின்னர், மற்ற மாநிலங்களிலும் பயன்படுத்தப்பட்டது.

தேர்தல் ஆணையப் பொறுப்புகளுக்கிடையேயும் அவர், இந்தியவியல் பற்றிச் செய்து கொண்டிருந்த ஆராய்ச்சிகள் என்னை வியக்க வைத்தன. ஒரு மனிதர், பல துறைகளிலும் ஒரே நேரத்தில் அழுத்தமாக முத்திரை பதிக்கவியலுமா என்ற எனது கேள்விக்கு அவரே ஒரு பதிலாக நின்றார்.

ஆழ்ந்த சிந்தனை, அயராத உழைப்பு, அசைக்க முடியாத தன்னம்பிக்கை, கனிந்த மனம், எடுத்ததை முடிப்பதில் மாறாத உறுதி, பெருமைப்படவைக்கும் நேர்மை, இவைகளுக்கும் மேலாக ஆழ்ந்த தமிழ்ப்பற்றும் நாட்டுப்பற்றும் கொண்ட ஒரு அற்புதமான மனிதர் ஆர். பாலகிருஷ்ணன்.

வாழ்க்கையில் முன்னேறத்துடிக்கும் ஒவ்வோர் இளைய பாரதத்தினருக்கும் அவர் தன் வாழ்க்கையிலும், தான் அறிந்த மற்றவர்கள் வாழ்க்கையிலும் நிகழ்ந்த நிகழ்வுகளையும், தான்

கற்றறிந்தவற்றையும் முன்னுதாரணமாகக் கூறி, அவர்களின் தன்னம்பிக்கையை உயர்த்துவதற்கும் அவர்களைச் சிந்திக்கத் தாண்டுவதற்கும் பல விடங்களில் அவர் செய்த சொற்பொழிவுகளின் தொகுப்பான இந்தப் புத்தகம் ஒரு நன்முத்து. ஒது பொக்கிஷம்.

வாழ்க்கையின் முதற்படியில் இருக்கும் மாணவ, மாணவியினருக்கு மட்டுமல்லாது, சில படிகளைத் தாண்டி பல படிகளை எதிர்நோக்கியிருக்கும் இளைஞர், இளைஞிகளுக்கும் பல படிகளையும் தாண்டி, சென்ற பாதையை அசைபோடும் பெரியவர்களுக்கும் படிக்கப் படிக்கச் சுவையூட்டும் இந்தப் புத்தகம் ஒரு புதுமையான வரவேற்கத்தக்க முயற்சி

குடத்தில் இருந்த குத்துவிளக்கை கோபுரத்தின் உச்சியிலிருக்கும் கலங்கரை விளக்காக்க வேண்டுமென்று, விழைந்து, திரு. பாலகிருஷ்ணனின் உரைகளை நூலாக வடிக்கத் தூண்டுகோலாக இருந்த திருச்சி-சமயபுரம் எஸ்.ஆர்.வி. மேல்நிலைப்பள்ளியின் முதல்வர் திரு துளசிதாசனும் பாராட்டுக்குரியவர்.

இப்புத்தகம் பலருக்கும் பயன்படுமென்பதில் எனக்கு ஐயமில்லை.

வாழ்த்துகிறேன்.

அன்புடன்

நீ.கோபாலஸ்வாமி

சென்னை

21.04.2012

நம்பிக்கை வெளிச்சம்

ஆர்.பாலகிருஷ்ணன் தமிழ் இலக்கியம் படித்தவர். காமராஜரால் வழிநடத்தப்பட்டவர். தினமணி ஆசிரியர் ஏ.என். சிவராமனால் பயிற்றுவிக்கப்பட்ட பத்திரிக்கையாளர். ஒரிசா மாநில ஆட்சிப்பணியாளர். தேர்தல் கமிஷனின் தலைமை அதிகாரியாகப் பணியாற்றி சாதனை செய்தவர். சிந்துசமவெளி ஆய்வில் முன்னோடி ஆய்வாளர். தமிழர்களின் அடையாளத்தை உலகிற்கு எடுத்துச் சொல்லும் எழுத்தாளர், கவிஞர், திருக்குறள் அறிஞர் எனப் பன்முகம் கொண்ட போதும் அவரது எளிமைக்கும், நேர்மைக்கும் தீவிர செயல்பாட்டிற்கும் காரணமாக இருப்பது அவரது அடிப்படை அறமே. அது மக்கள் சேவையே தன்னுடைய வாழ்க்கை என காந்தியும் காமராஜரும் பின்பற்றிய அறமாகும்.

மனதில் எப்போதும் கவிதை ஓடிக் கொண்டிருக்கிறது என்று சொல்லும் இவரது முதற் கவிதைத்தொகுப்பான 'அன்புள்ள அம்மா' நர்மதா பதிப்பகத்தால் வெளியிட்டுள்ளது.

எந்த ஒன்றில் நாம் முழுமன ஒருமையுடன் ஈடுபட முடியுமோ, அதை தொடர்ந்து செய்ய வேண்டும் என்பதை தனது வாழ்க்கை நெறியாகக் கொண்டிருப்பதால் தொடர்ந்து இடப்பெயரியல் ஆய்வுப் பணியிலும் எழுத்துப்பணியிலும் ஆட்சிப்பணியிலும் இயங்கி வருகிறார்.

'மானுட வரலாறு' என்பது பயணங்களால், இடப் பெயர்வுகளால் ஆனது. மனிதன் ஒரு ஊரை விட்டு இடம்பெயரும்போது, அவனது நினைவுகளைச் சுமந்து செல்கிறான். புதிய இடத்தில் குடியேறும்போது, பழைமையுடன் தொடர்புகொள்ளும் விதத்தில் தன் ஊர்ப் பெயரை அங்கே வைக்கிறான். இது ஒரு பாதுகாப்பு உணர்வைத் தருகிற சமூக

உளவியல். அப்படி அவன் விட்டுச் சென்ற ஊர்ப்பெயர்களும், சுமந்து சென்ற ஊர்ப் பெயர்களும் சொல்வது, மனித குலத்தின் வரலாறு, ஆகவே சிந்து சமவெளிப் பகுதிகளான பாகிஸ்தான், ஆப்கானிஸ்தானில் தமிழ்ப் பெயர்களைக் கொண்ட ஊர்கள் காணப்படுவது தமிழன் அங்கே வாழ்ந்திருப்பதன் அடையாளம் என செம்மொழி மாநாட்டு ஆய்வரங்கில் ஆர்.பாலகிருஷ்ணன் உரையாற்றியபோது தமிழ் ஆய்வுலகமே வியந்து பாராட்டியது.

தற்போது அந்த ஆய்வின் முதல் வெளியீடாக 'சிந்துவெளிப் பண்பாட்டின் திராவிட அடித்தளம்' வெளியாகி, மிகுந்த வரவேற்பை பெற்றுள்ளது.

மாற்றுக்கல்வி குறித்து எழுத்தாளர்களும் சிந்தனையாளர்களும் எப்போதுமே பேசியும் எழுதியும் வருகிறார்கள். டால்ஸ்டாயும் தாகூரும் தங்களின் ஆதர்ச கல்விநிலையத்தைத் தாங்களே உருவாக்கிக் கொண்டார்கள் என்பதே வரலாறு.

கல்வியில் நாம் செய்ய வேண்டிய மாற்றங்களில் முதன்மையானது, மாணவர்களுக்குத் தன்னம்பிக்கை அளிப்பது. எந்த மாணவரும் முட்டாளில்லை. கற்றுக் கொள்வது எளிதான ஒன்றே. கல்வி என்பது பாடத்தை மனப்பாடம் செய்வது மட்டுமில்லை. மாறாக, தன்னைச் சுற்றிய உலகை, அதன் சமூக, பொருளாதார, பண்பாட்டுச் செயல்பாடுகளைப் புரிந்துகொள்வது என்பதைக் கல்வி நிலையங்கள் மாணவர்களுக்கு உணர்த்த வேண்டும்.

'சிறகுக்குள் வானம்' என்ற இந்நூலில், தனது வாழ்க்கை அனுபவத்திலிருந்து அறிந்து கொண்ட உண்மைகளை மிகுந்த நம்பிக்கையூட்டும் கட்டுரைகளாக எழுதியிருக்கிறார். பள்ளிவயதில் மேடைப்பேச்சாளராக துவங்கியது முதல் ஒரிசா மாநில ஆட்சிப்பணியில் அடைந்த சவாலான அனுபவங்கள் வரை பல்வேறு நிகழ்வுகளை சுவைபட விவரித்துக் காட்டியுள்ளார்.

தமிழ் இலக்கியம் படித்தால் எதிர்காலமில்லை என்று வாய்வார்த்தை பேசிக் கொண்டிருந்தவர்களுக்குப் பதிலாக தமிழ் மொழியில் ஐஏஎஸ் தேர்வை எழுதி, முதன்முதலாக

பாலகிருஷ்ணன் வெற்றி பெற்றது அரிய சாதனை. இன்றும் அந்த உத்வேகமே பலரைத் தமிழில் ஆட்சிப்பணித்தேர்வு எழுத வைக்கிறது.

இந்நூல் நான்கு ஆண்டுகளுக்கு முன்பு வெளியாகி, மாணவர்கள் மத்தியில் மிகுந்த வரவேற்பு பெற்றதோடு இருபத்தைந்தாயிரம் பிரதிகளுக்கு மேல் விற்பனையாகி சாதனை செய்துள்ளது.

'ஒரு மனிதனின் மிகப்பெரிய சாதனை என்பது, அவனது சிறுவயதுக் கனவு வாழ்வில் வெற்றி அடைவதே' என்று ராண்டிபாஷ் என்ற அமெரிக்கப் பேராசிரியர் தனது உரையொன்றில் குறிப்பிடுகிறார் ராண்டிபாஷ் புற்றுநோயால் பாதிக்கப்பட்டு இறப்பு உறுதி செய்யப்பட்ட நிலையில் இந்த உரையை நிகழ்த்தினார், அந்த உரையை நம்பிக்கையின் சாசனம் என்று சொல்கிறார்கள், ராண்டிபாஷ் சொன்னது மறுக்கமுடியாத உண்மை,

வசதியும் வாய்ப்பும் கிடைக்கும்போது நாம் முதலில் அடைய ஆசைப்படுவது, சிறுவயதில் நாம் கண்ட கனவுகளையே. கனவை நனவாக்கிக் காட்டுவதே வாழ்க்கையின் இலட்சியம்.

1973ல் பெருந்தலைவர் காமராஜர் முன்னிலையில் பேசக்கூடிய வாய்ப்பு பாலகிருஷ்ணனுக்குக் கிட்டியது. அப்போது பத்தாவது படித்துக் கொண்டிருந்தார்.. நன்றாகப் பேசியதாக பாராட்டிய பெருந்தலைவர் "நீ நன்றாகப் படித்து, ஐஏஎஸ் தேர்வில் வெற்றி பெற்று கலெக்டராகி நிறைய பேருக்கு நல்லது செய்ய வேண்டும், என்று தனிப்பட்ட முறையில் சொன்னார் , அந்த அறிவுரையே பாலகிருஷ்ணன் வாழ்க்கையை மாற்றியது என்பதை அவர்களை வாசித்து அறிந்து கொள்ளும்போது விடாமுயற்சி மற்றும் இலட்சியத்தின் அவசியத்தைப் புரிந்து கொள்ளமுடிகிறது.

கடந்தகால அனுபவங்களிலிருந்தே மனிதர்கள் மறக்கமுடியாத பாடங்களைக் கற்றுக் கொள்கிறார்கள். வாழ்வில் வெற்றி பெற்ற ஒரு தொழிலதிபர், தனது தந்தை செருப்புத் தைத்த மரத்தடியில் காரை நிறுத்திவிட்டு நின்று கண்கலங்குவதை பாலகிருஷ்ணன் விவரித்துள்ளது அதையே காட்டுகிறது.

இந்தப் புத்தகம் முழுவதும் பாலகிருஷ்ணன் பல்வேறு கனவுகளை நமக்குள் விதைக்கவும், வளர்க்கவும், அடையாளம் காட்டவும் செய்கிறார். வாழ்வில் வெற்றிபெற முயற்சிக்கும் ஒவ்வொருவரும் அவசியம் வாசிக்க வேண்டிய புத்தகமாகும்

இந்நூலை வெளிக்கொண்டு வருவதில் மிகுந்த அக்கறை காட்டிய திருச்சி எஸ்.ஆர்.வி பள்ளிக்கும் அதன் முதல்வர் துளசிதாசனுக்கும் எனது பாராட்டுக்களைத் தெரிவித்துக் கொள்கிறேன்.

இப்புத்தகத்தின் வழியே பாலகிருஷ்ணன் நம்பிக்கை ஒளியை பரவ விட்டிருக்கிறார். அந்த வெளிச்சம் கலங்கரை விளக்கின் ஒளி போல யாவருக்கும் வழி காட்டட்டும்.

மிக்க அன்புடன்

சென்னை **எஸ்.ராமகிருஷ்ணன்**

09.07.2016

என்னுரை

சிறகுக்குள் வானம் என்பது, வானத்தைச் சுருக்கும் தப்பாசை அல்ல; சிறகின் மீதான எல்லைமீறிய இலக்குத் திணிப்பும் அல்ல. ஏனெனில், ஈர்ப்புவிசை மீறி எழத்தெரிந்த சிறகுக்கு, சிறகே வானம் தான்.

சில ஆண்டுகளுக்கு முன்னால், இந்தியத் தேர்தல் ஆணையத்தில் பணியாற்றியபோது இமாச்சலப் பிரதேச சட்டமன்றத் தேர்தல் பணிகளை ஆய்வு செய்வதற்காக சிம்லா சென்றிருந்தேன். அப்போது, சென்னையிலிருந்து ஒருவர் எனது செல்போனில் அழைத்தார். தன்னை ஒரு தமிழ் மாணவர் என்று அறிமுகப்படுத்திக் கொண்ட அவர், எனது நண்பர் ஒருவரிடமிருந்து எனது தொடர்பு எண்ணைப் பெற்றதாகவும் என்னிடம் கொஞ்சம் பேசவேண்டியிருக்கிறது என்றும் சொன்னார்.

கற்றது தமிழ்: தமிழ் எம்.ஏ என்ற பெயரில் ஒரு தமிழ்த் திரைப்படம் வெளியாகியிருப்பதாகவும் அந்தப் படத்தின் தலைப்பும் சொல்லப்பட்டிருக்கிற விஷயமும் தமிழ்க் கல்விபற்றி அவநம்பிக்கையைப் பரப்புவதாகவும் அவர் சொன்னார். தமிழ் இலக்கியத்தில் இளங்கலை, முதுகலை பயின்று முதன்முதலில் இந்திய ஆட்சிப்பணிக்குத் தேர்வு செய்யப்பட்டு வெளிமாநிலங்களிலும் தேசிய அளவிலும் பணியாற்றிவருகிற நான், தமிழ் மாணவர்களுக்கு நம்பிக்கையூட்டும் வகையில் குரல் கொடுக்க வேண்டும் என்று அவர் வலியுறுத்தினார். அப்போது நான் அந்தப் படத்தைப் பார்த்திருக்கவில்லை. எனவே, அதைப்பற்றி எந்தக் கருத்தையும் சொல்கிற நிலையில் நான் இல்லை.

இருந்தாலும், இவ்வளவு தூரம் முயற்சியெடுத்து தொடர்பு கொண்டிருக்கிறாரே என்ற எண்ணத்தில் அவரிடம் உரையாடிச் சமாதானப்படுத்த முயன்றேன். அந்த உரையாடல் அவருக்குள் எத்தகைய தாக்கத்தை ஏற்படுத்தியது என்பது எனக்குத் தெரியாது. ஆனால், எனக்குள் அது பல நினைவலைகளைத் தூண்டிவிட்டது.

இன்றுள்ள அளவிற்குப் பரவலான வேலைவாய்ப்புகள், பல்துறைப் பெருக்கம் எதுவுமில்லாத எழுபதுகளின் சமூகப் பொருளாதார மற்றும் கல்விச் சூழலில் எந்த நம்பிக்கையில் தமிழ் இலக்கியம் படிக்க முடிவு செய்தேன்; அந்தத் தமிழ்க் கல்வியின் உதவியுடன் முற்றிலும் தொடர்பற்ற ஆட்சிப்பணிக்கு எப்படி வந்தேன் ஆட்சிப்பணியில்

பல்வேறு களங்களிலும், இந்தியவியல்; ஆய்விலும் எனது தமிழ் அடித்தளம் எப்படி எனக்கு உதவியுள்ளது என்பதையெல்லாம் எனக்குள் வினாக்களாய் எழுப்பி விடை தேட முயன்றேன்.

தமிழ் இலக்கியம் படித்து ஊடகத் துறையிலும், திரைப்படத் துறையிலும், அரசுப் பணியிலும், தொழில் முனைப்பாளர்களாகவும் சிறப்புத் தடம் பதித்துவரும் பலரையும் நான் அறிவேன். தமிழ்க் கல்வியை எனது வளர்ச்சிக்குத் தடையென்று ஒருபோதும் நான் கருதியதில்லை. உண்மையில் தமிழ்க் கல்விதான் என்னைத் தாங்கியுள்ளது.

எனவே, ஒரு திரைப்படத்தை இயக்கி அதற்குப் பெயர் வைத்திருக்கிற ஒரு படைப்பாளியின் படைப்புச் சுதந்திரத்தில் குறுக்கிடுவதைவிட பொதுவாக இளம் தலைமுறையினருக்குப் பயன்தரக்கூடிய, தன்னம்பிக்கையை வளர்க்கக்கூடிய செய்திகளை எனது சொந்த அனுபவங்களின் பின்னணியில் ஆக்கபூர்வமாகப் பேசலாம் என்று தோன்றியது. வாழ்க்கை எனக்களித்த விதவிதமான அனுபவங்களின் கூட்டுவிளைவாய் எனக்குள் கூறுவதற்கு ஒரு கதை இருக்கிறது என்ற எண்ணமும் எழுந்தது.

அதற்கேற்றாற்போல, திருச்சியிலுள்ள எஸ்.ஆர்.வி. மேல்நிலைப் பள்ளியின் முதல்வர் திரு. துளசிதாசனிடமிருந்து டில்லியிலிருந்த எனக்கு ஒரு கடிதம் வந்தது. நான் அதுவரை துளசிதாசனைச் சந்தித்திருக்கவில்லை. ஒரு மாத இதழில் வெளிவந்திருந்த எனது நேர்காணலைப் படித்துவிட்டு அக்கடிதத்தை எழுதுவதாகக் குறிப்பிட்டு, 'கனவு மெய்ப்பட' என்ற தலைப்பில் தனது பள்ளி மாணவர்களுக்காக நான் ஓர் உரை நிகழ்த்த வேண்டுமென்று அழைத்திருந்தார். அவ்வழைப்பையேற்று 2008 அக்டோபர் மாதம் திருச்சி வந்து, அப்பள்ளியில் மாணவமாணவியரிடையே உரையாற்றினேன்.

இதைத் தொடர்ந்து அப்பள்ளியின் மாணவமாணவியர் எனது உரை பற்றித் தெரிவித்த கருத்துகளையெல்லாம் தொகுத்து எனக்கு அனுப்பி வைத்தார் துளசிதாசன். பல மாணவமாணவியர் எனது உரையில் குறிப்பிட்டிருந்த செய்திகள், கவிதை வரிகள் பலவற்றை நினைவுகூர்ந்து எழுதியிருந்தார்கள். அவ்வுரை அவர்களிடையே ஏற்படுத்திய தாக்கத்தைச் சுட்டிக்காட்டி, இதற்கு நூல் வடிவம் தரவேண்டும் என்று வலியுறுத்தி வந்தார் திரு. துளசிதாசன்.

இதற்கிடையில் நான் 2010-ல் தனிப்பட்ட காரணங்களை முன்வைத்து இரண்டாண்டு மைய அரசுப் பணியில் சென்னை வந்தேன். ஓடிக்கொண்டேயிருந்த நான் கொஞ்சம் நின்று, நிதானித்து யோசிக்கத் தொடங்கிய காலகட்டம் இது. நான் வந்த தடங்களை வாசிக்கவும், என் வேர்களை மீண்டும் விசாரிக்கவும் தருணம்

கிடைத்தது. தமிழகத்திலுள்ள பல பள்ளிகள், கல்லூரிகள் பல்கலைக்கழகங்களில் ஆளுமைப் பண்புகளை முன்னிறுத்தி இளைய தலைமுறைக்கான ஊக்கவுரைகளை நிகழ்த்தினேன். ஒவ்வொரு உரைவீச்சிற்கும் பின்னர் ஆசிரியர்கள், மாணவர்கள் மற்றும் பெற்றோர்களிடமிருந்து வந்த கடிதங்கள், தொலைபேசிகள், மின்னஞ் சல்கள் எனது பயணங்களுக்கும் பகிர்வுக்குமான முனைப்பின் தேவையை நியாயப்படுத்தின. இந்த உரைவீச்சுக்களைத் தழுவிய பதிவே இந்த நூல்.

மேடையில் எனது சொந்த அனுபவங்களை மேற்கோள் காட்டிப் பேசும்போது ஒன்றும் தோன்றவில்லை. ஆனால், அதையே நூல் வடிவமாக்கும்போது தயக்கமாக இருந்தது. அத்தகைய தயக்கம் தேவையில்லை என்று எனது நண்பர்கள் உற்சாகப்படுத்தினார்கள். நானும் இதைப் பற்றி யோசித்தேன். உடன்பட்டேன்.

இது ஓர் அனுபவப் பகிர்வே. அறிவுறுத்தல் அல்ல. இப்படியொரு நூலை எழுதுவதாலேயே எனது கனவுகள் எல்லாம் மெய்ப்பட்டு விட்டன என்பதும் பொருளல்ல. கனவு மெய்ப்படுதல் என்பது ஒரு புள்ளியில் தொடங்கி மற்றொரு புள்ளியில் முடியும் நேர்கோட்டு நிகழ்வுமல்ல. ஒரு கனவின் நிறைவில் உதயமாகி இன்னொரு கனவு. அவ்வகையில் ஒரு தொடக்கம் ஒரு முடிவு' என இயங்கும் புதினமாய் இல்லாமல், பல சிறுகதைகளின் தொகுப்பாகவே இயங்குகிறது வாழ்க்கை.

எனது சொந்தத் தராசில் எனது சுயத்தை மதிப்பிடும்போது, எனது நிறைகளையும் குறைகளையும் சேர்த்துத்தான் பார்க்க முயற்சிக்கிறேன். சில நிகழ்வுகள் மகிழ்வூட்டுகின்றன. இன்னும் சில நெகிழ்வூட்டுகின்றன. இதுவரையில் முழுமை பெறாத முயற்சிகள் என்னைத் தூங்கவிடாமல் துளைத்தெடுக்கின்றன. மீள்பார்வையில் இதை இன்னும் நன்றாகச் செய்திருக்கலாம், இதைச் செய்யாமல் இருந்திருக்கலாம் என்றெல்லாம் தோன்றுகிறது. இந்தப் படிப்பினைகளை வழித்துணையாக எனக்குள் வரவு வைத்துக்கொள்கிறேன்.

ஒருவகையில் இந்த முயற்சி எனக்கு நானே செய்துகொள்ளும் ஒரு சுயஉதவியாகக்கூடத் தோன்றுகிறது. கடந்து வந்த பாதைகள், கற்பித்த ஆசிரியர்கள், கைகொடுத்து உதவியவர்கள் என்று மீள் நினைவுகளில் பயணிக்க இது களம் அமைத்துக் கொடுத்தது. கூட்டிக் கழித்துக் கணக்குப்பார்க்கும்போது குறையொன்றும் இல்லை என்ற நினைவே மேலிடுகிறது.

எனினும், எனது பணிகளுக்கிடையே கடந்த 25 ஆண்டுகளில் இந்தியாவின் பல பகுதிகளிலும் பயணித்துத் திரட்டிய மானிடவியல்

மற்றும் இந்தியவியல் தரவுகளுக்கு இன்னும் நூல் வடிவம் கொடுக்கவில்லை என்ற ஆதங்கம் என்னை அழுத்துகிறது. நேரமின்மை பற்றியும் நேரத்தின் உண்மை பற்றியும் நான் இந்த நூலில் எழுதியிருப்பதை எனக்குள் நானே வாசித்துக் கொள்கிறேன்.

தேர்தல் ஆணையத்தில் ஐந்து ஆண்டுகள் பணியாற்றியதை, அதிலும் திரு. நீ. கோபாலஸ்வாமி அவர்களின் ஏற்றமிகு வழிகாட்டு தலில் செயல்பட்டதை நான் பெருமைக்குரிய வாய்ப்பாகக் கருதுகிறேன். அவரது அன்பு தோய்ந்த வாழ்த்துரைக்கு நான் கடப்பாடுடையவன்.

எனது உரைவீச்சுகள் நூல்வடிவம் பெறவேண்டுமென்பதில் மிகுந்த அக்கறையும் ஈடுபாடும் காட்டிய எஸ்.ஆர்.வி மேல்நிலைப்பள்ளி நிர்வாகத்தினர் திரு. ஏ. இராமசாமி, தலைவர் திரு.பி.சுவாமிநாதன் செயலர் திரு. எஸ்.செல்வராஜன் பொருளர்; திரு. எம்.குமரவேல் துணைத்தலைவர் முனைவர் பி.சத்யமூர்த்தி இணைச்செயலர், பள்ளியின் முதல்வர் திரு. துளசிதாசன் ஆகிய அனைவருக்கும் எனது நன்றியினைத் தெரிவித்துக்கொள்கிறேன்.

எனது விருப்பத்தையேற்று இந்நூலின் முகப்போவியத்தையும் உள்ளடக்கக் கோட்டோவியங்களையும் வரைந்தளித்த நண்பர் ஓவியர் டிராட்ஸ்கி மருதுவிற்கு எனது நன்றிகள்.

இந்த நூலின் முதல் பதிப்பை வெளியிட்ட உயிர்மைப் பதிப்பகத்திற்கும், இரண்டாம் பதிப்பை வெளியிடும் பாரதி புத்தகாலயத்திற்கும் பல வகையிலும் ஊக்கப்படுத்திய நண்பர், எழுத்தாளர் எஸ்.ராமகிருஷ்ணனுக்கும் எனது நன்றி.

நான் எழுதவேண்டும் என்பதில் மிகுந்த அக்கறை கொண்டவர் எனது மனைவி சுஜாதா. இந்த முயற்சி அவரை மகிழ்விக்கும். இந்நூலாக்கத்தில் என்னை உற்சாகப்படுத்திய எனது மகள்கள் ஓவியா, ஸ்மிருதி இருவருக்கும் இந்நூலின் உள்ளடக்கம் பழகிய வார்த்தைகள் தான்.

மொத்தத்தில், இந்நூல் நான் பட்டறிந்த அனுபவங்கள், படித்தறிந்த செய்திகள். சிந்தனைகள், பொன்மொழிகள், பார்த்த, பழகிய மனிதர்களின் தாக்கங்கள் தந்த புரிதல்களின் வரிவடிவம்,

இது யாருக்கும் பயன்படுமெனில் மகிழ்வேன்.

அன்புடன்
ஆர். பாலகிருஷ்ணன்
சென்னை
19.052012

ஈதலை இயல்பாகக் கொண்ட
எனது ஆசிரியர்களுக்கு

பொருளடக்கம்

கனவுகள்

பள்ளிப் பருவத்தில் எனக்குள் கனவுகள் இருந்தனவோ இல்லையோ கவலைகள் இருந்தன. என்னைச் சுற்றி நான் கவனித்த ஏற்றத்தாழ்வுகள் என்னைப் பாதித்தன. பக்கத்து வீட்டில் குடியிருந்த மதப் பிரச்சாரகர் வைத்திருந்த கிராமஃபோனைப் பார்க்கப் பார்க்க வியப்பாக இருக்கும். இசைத்தட்டுகளின் மீது ஏற்பட்ட ஈடுபாட்டால் அருகே இருந்த மருதுபாண்டியர் சவுண்டு சர்வீஸ்' கடையே கதியாகக் கிடப்பேன். கல்யாணம், காது குத்து என்று எது நடந்தாலும் கடைக்காரரின் உதவியாள் போல ஒட்டிக் கொண்டு, இசைத்தட்டுப் பெட்டிக்குச் 'சாவி ஏற்றினேன்;' 'ஊசி' மாற்றினேன். பாடல்களுக்கிடையே, 'குறைவான செலவில் நிறைவான முறையில் ஒலிபெருக்கி ஏற்பாடுகள் செய்து தரப்படும்' என்று விதவிதமான வகையில் விளம்பர அறிவிப்புகள் செய்வேன். பெரிய ஆளாகி எப்படியாவது சொந்தமாக ஒரு கிராமஃபோன் வாங்கிவிட வேண்டும் என்று நினைத்தேன். பங்களாக் கதவுகளின் பின்னிருந்து குரைத்த பஞ்சு வெள்ளை நாய்க்குட்டிகளின் மீது கோபம் கோபமாய் வந்தது. யோசித்துக் கொண்டும், மனதிற்குள் பேசிக்கொண்டும் நடந்தேன். வெறும் கால்களுக்குத் தானே விளங்குகிறது. பூமி.

சீனாவோடு போர் நிகழ்ந்திருந்த பின்னணியில் ஆகாய விமானங்கள் தரும் ஆச்சரியத்தில் அச்சம் கலந்திருக்கும். எப்போதாவது, புகை வால் தொடர வெகு உயரத்தில் போகிற 'ஜெட்' விமானங்களை அண்ணாந்து பார்த்தபோதெல்லாம் 'சீனாக்காரன் தலையில் தீயைப்பொருத்திவை,' என்று பாடிய தேசபக்தியோடு, 'ஒரு நாள் பறந்து பார்க்க வேண்டும்' என்ற ஆசையும் முளைக்கும். வானத்தில் பார்த்த விமானம் தரையில் இறங்குவதைப் பார்க்கப் பள்ளிக்கூட ஏற்பாட்டில் மதுரை விமான நிலையத்திற்கு 'கல்விச் சுற்றுலா' போனபோது, 'இறங்கி' நடந்தவர்களுக்கு இறக்கை முளைத்திருக்கிறதா என்று பார்த்தேன். அவர்கள். 'வேற்றுக்கிரகத்து மனிதர்கள்' போல வித்தியாசமாகத் தெரிந்தார்கள்.

முன்னேற வேண்டும் என்ற முனைப்பு இருந்ததே தவிர, திசைகள் பற்றிய தெளிவில்லை. என்ன செய்தால் பெரிய ஆளாகலாம் என்று எனது நண்பர்களிடம் ஐடியா கேட்பேன். போலீஸ் ஆகிவிடலாம் அல்லது டிரைவர் ஆகிவிடலாம் என்று யோசனை சொல்வார்கள்.

எனக்கோ பேச்சுப்போட்டிகளில் பேசப்பிடித்தது. கவிதை கைவந்தது. கைதட்டல்கள் பிடித்திருந்தது. கணக்கு பிடிக்கவில்லை.

பதினான்கு வயதில் ஒரு நள்ளிரவில் பெருந்தலைவர் காமராசருடன் காரில் பயணிக்கும் வாய்ப்பு எத்தனை பேருக்குக் கிடைக்கும்? எனக்குக் கிடைத்தது. தேர்தல் களத்தில் அவர் அமர்ந்திருக்கும் மேடையில் பேசும் வாய்ப்புக் கிடைத்ததே என்ற பெருமிதத்தில் அவரது நேர்மை பற்றியும் அவரது ஆட்சிக்காலத்து அற்புதச் சாதனைகள் பற்றியும் முழங்கினேன். அவர் அதைக் கண்டுகொண்டதாகவே தெரியவில்லை. 'யார்... எந்த ஊர்?' என்று விசாரித்தவர், என்னை அவரது காரிலேயே அழைத்துச் சென்றார். மேடைப்பேச்சை மெச்சுவார் என்று நினைத்தேன். திட்டினார். ஏமாற்றமாக இருந்தது. "உன்னைப் போன்ற பள்ளி மாணவர்களைச் சரியாக வழி நடத்தவில்லையோ என்று கவலையாக இருக்கிறது' என்றார். ஏன் இப்படிச் சொல்கிறார் என்று குழப்பமாக இருந்தது. பொது வாழ்க்கையில் ஈடுபாடு இருக்கலாம். அதற்காக படிப்பு பாழாகக் கூடாது. இப்போதென்ன தேர்தல்தானே நடக்கிறது. சுதந்திரப் போராட்டமா நடக்கிறது? என்றவர், 'நன்றாகப் படி ஐ.ஏ.எஸ். எழுது: கலெக்டராகி நல்லது செய்' என்றார். அலங்காநல்லூரில் நான் தங்கியிருந்த இடத்தருகே என்னை இறக்கிவிட்டுவிட்டு அவரது கார் மதுரையை நோக்கி இருளில் மறைந்ததும், நான் நம்பமுடியாத வியப்போடு உறைந்து நின்ற அந்த நிமிடங்கள் என்னெஞ்சில் இன்றும் நிழலாடுகின்றன. ஓர் அரைக்கால் டவுசர் பையனிடம் ஐ.ஏ.எஸ். எழுதுவது பற்றி அவர் ஏன் பேசினார் என்பது எனக்கு அப்போது விளங்கவில்லை. பின்பு பிடிபட்டது.

1984-ல், ஐ.ஏ.எஸ். தேர்வில் முதல் முயற்சியிலேயே வெற்றி பெற்றேன். காமராசர் வழிகொடுத்தாரா இல்லை வரம் கொடுத்தாரா என்று நினைத்துக்கொண்டேன். ஒடிஸாவில் புயல் வெள்ளப் பகுதிகளிலும், பழங்குடிப் பகுதிகளிலும் மாவட்ட ஆட்சித் தலைவராய்ப் பணியாற்றியபோது எனது செயல்பாடுகளின் திறனையும், திசையையும் அவரது நினைவுகளில் உரசிப்பார்த்து உறுதி செய்துகொள்வேன்.

ஒரு முறை, அலுவலகப் பணியில் மும்பை சென்றிருந்தபோது, ஒரு கடையில் பழைய கிராமஃபோன் பெட்டி விற்பனைக்கு வைக்கப்பட்டிருந்தது. பக்கத்து வீட்டுக்காரர் வைத்திருந்த அதே கிராமஃபோன் பெட்டி போலவே இருந்தது. அதை விலை விசாரித்து வாங்கி, பத்திரமாக எடுத்துவந்து வீடு சேர்த்தேன். சாவி கொடுத்து, ஊசி மாற்றிப் பாட வைத்துக் கேட்டேன். எனது குழந்தைகள் என்னை வினோதமாகப் பார்த்தார்கள்.

நான் இந்திய ஆட்சிப் பணியில் சேர்ந்து 27 ஆண்டுகளுக்கும் மேல் ஆகிவிட்டன. மாவட்ட நிர்வாகம், தொழில், நிதித்துறை, சுற்றுலா பண்பாட்டுத்துறை, சமூக நீதி, பேரிடர் மேலாண்மை என்று பல துறைகளிலும் பணியாற்றியுள்ளேன். எனினும் எனக்கும் தேர்தல் மேலாண்மைக்கும். ஏதோ சிறப்புத் தொடர்பிருப்பதாகவே தோன்றும்.

கோட்ட வாக்காளர் பதிவு அதிகாரி, மாவட்டத் தேர்தல் அதிகாரி, பாராளுமன்றத் தொகுதித் தேர்தல் பொறுப்பு அலுவலர், தேர்தல் ஆணையத்தின் பார்வையாளர், ஒடிஸா மாநிலத் தலைமைத் தேர்தல் அதிகாரி, இந்தியத் துணைத் தேர்தல் ஆணையர் என்று பல்வேறு அனுபவங்கள். காஷ்மீர், பீகார், உத்தரப் பிரதேசம், நக்சல் வன்முறையால் பாதிக்கப்பட்ட பகுதிகள், வடகிழக்கு மாநிலங்கள் என்று பிரச்சினைக்குரிய பகுதிகள் பலவற்றிலும் தேர்தல் நடத்தும் பொறுப்பு. பாலஸ்தீனம், தான்சானியா தேர்தல்களில் பன்னாட்டுப் பார்வையாளர். நேபாளம், பூட்டான், இந்தோனேஷியா, இராக் தேர்தல் ஆணையங்களின் பயிற்சிக்குப் பங்களிப்பு என்று தேர்தல் மேலாண்மையின் பல்வேறு தளங்களிலும் பணியாற்றும் வாய்ப்பு தேர்தல் களத்தின் ஒருமுனையிலிருந்து மறுமுனைக்கு என்னைத் திசைதிருப்பிவிட்ட காமராசரைக் கருத்தில் நிறுத்திக்கொள்வேன்.

இந்தியத் துணைத் தேர்தல் ஆணையராகக் காஷ்மீர் தேர்தல் ஏற்பாடுகளை மேற்பார்வையிடத் தனி விமானத்திலும், ஹெலிகாப்டரிலும் பனிமலைப் பகுதிகளில் பயணிக்கிறபோது, சீன திபெத் எல்லைகளையும், பாகிஸ்தான் எல்லை தொடங்கும் பகுதிகளையும் விமானிகள் சிறப்பு அக்கறையோடு எனக்குச் சுட்டிக் காட்டுவார்கள். ஹெலிகாப்டரிலிருந்து பார்க்கும்போது, உறைபனி வெளியில் அமைந்த காஷ்மீர் வாக்குச் சாவடிகள் மக்களாட்சி என்ற மகத்துவப் பெருமையின் கடைசி மைல்கல் போலக் காட்சியளித்தன. அங்கிருந்து சீன எல்லை வெகு தொலைவில் இல்லை என்ற நினைப்பே என்னைச் சிலிர்க்க வைத்தது.

உலக அரங்கில் சீனாவும் இந்தியாவும் மிக வேகமாக வளர்கிற இரு பெரும் நாடுகள். எனினும், சீனாவுக்கில்லாத ஒரு பெருமை இந்தியாவிற்கு உண்டு. அதுதான் உலகின் மிகப்பெரிய மக்களாட்சி என்ற பெருமை. அதுவே இந்தியாவின் முகவரிச் சீட்டு.

திரும்பிப் பார்த்தேன். நான் அண்ணாந்து பார்த்த ஆகாய விமானங்கள் எனது பழைய வானத்தில் இன்னும் பறந்து கொண்டிருந்தன. அரைக்கால் டவுசருடன் நான் எனது நண்பர்களுடன் தெருவில் ஓடிக்கொண்டிருந்தேன்.

கனவு மெய்ப்பட வேண்டும்
அதற்கொரு
காரியம் செய்திடல் வேண்டும்.
கனவு காண வேண்டும்.

கனவுகளை நம்புங்கள்.
கனவுகள் உங்களின்
உள்ளத்தின் ஜன்னல்;
உற்றுப் பாருங்கள்
உங்கள் முகம் தெரியும்.

கனவுகள் உங்களின்
வருங்கால முகவரிக்கு
இன்றே நீங்கள்
முன்கூட்டி எழுதும்
முதல் வரி.

'பகல் கனவு பலிக்காது'
என்பது பழைய நம்பிக்கை.
உண்மையில்,
விழித்திருக்கும் போது
காணும்
கனவிற்குவேறொருபெயர்தான்

நம்பிக்கை.

கனவு காணும் கண்கள்

கனவு கைகூடுதல் என்பது கணப்பொழுதில் நடக்கும் மந்திர ஜாலமில்லை. அது தளராத முயற்சிகளின் தொடர் விளைவு. வாழ்வின் திசைகளைத் தீர்மானிக்கிற திருப்பங்கள் வருவதும் தெரியாது, போவதும் தெரியாது. அத்தகைய தருணங்களில் நாம் எடுக்கிற நிலைப்பாடுகளே நமது வாழ்வின் தடங்களையும் தளங்களையும் தீர்மானிக்கின்றன.

நான் மதுரை காமராசர் பல்கலைக்கழகத்தில் முதுகலைத் தமிழ் இலக்கியம் படிக்கும்போது, இதழியலை எனது சிறப்புப் பாடமாக எடுத்திருந்தேன். பத்திரிகைப் பணிகுறித்த நேரடி அனுபவம் பெறும் வகையில் இதழியல் மாணவர்களுக்கு வெவ்வேறு நாளிதழ் அலுவலகங்களில் இரண்டு வாரச் சிறப்புப் பயிற்சிக்கு எங்களது இதழியல் பேராசிரியை முனைவர் அ. சாந்தா ஏற்பாடு செய்திருந்தார். நான் எனது வகுப்புத் தோழர்கள் பலருடன் மதுரையிலுள்ள தினமணி நாளிதழ் அலுவலகத்திற்குப் பயிற்சிக்காகச் சென்றிருந்தேன்.

அப்போது, தினமணி நாளிதழின் ஆசிரியரான திரு. ஏ.என். சிவராமன் (ஏ.என்.எஸ், சென்னையிலிருந்து மதுரை வந்து சில வாரங்கள் தங்கியிருந்தார். அதே நேரத்தில் எங்களது பயிற்சியும் நடைபெற்றதால் அவரை நேரில் சந்திக்கும் அரிய வாய்ப்பு எங்களுக்குக் கிடைத்தது. காட்சிக்கு எளியவரும் காந்திய நெறியாளருமான ஏ.என்.எஸ். தமிழ்ப் பத்திரிகை உலகின் 'ஜாம்பவான்' என்று போற்றப்பட்டவர். அவர் எங்களிடம் கலந்துரையாடுவார். தமிழ் இலக்கியம், இலக்கணம், பொது அறிவு, நடப்பு அரசியல் செய்திகள் என்று பல்வேறு தளங்களில் எங்களது உரையாடல் நிகழும். துருவித் துருவி பல கேள்விகளைக் கேட்டு, எங்களது பொது அறிவைச் சோதிப்பார். 'என்ன கேட்பாரோ' என்று பயமாக இருக்கும்.

எங்களது பயிற்சி முடிந்து விடைபெறும்போது, நாங்கள் அனைவரும் ஏ.என்.எஸ். அவர்களைச் சந்தித்து நன்றி கூறினோம். நாங்கள் விடைபெற்று நகரும்போது என்னை மட்டும் பெயர் சொல்லி அழைத்த ஏ.என்.எஸ். 'உனக்கு வேலை கொடுத்தால் சேர்ந்து கொள்வாயா?' என்று கேட்டார். இந்தக் கேள்வியை நான் கொஞ்சமும் எதிர்பார்க்கவில்லை. என்ன வேலை என்றுகூடச்

சொல்லவில்லை. நாளிதழ் அலுவலகத்தில் வேறென்ன வேலையாக இருக்க முடியும்? நான் ஒரு நிமிடம்கூட யோசிக்கவில்லை. உடனே பதிலளித்தேன், “சேர்ந்துகொள்கிறேன்” என்று.

தமிழாசிரியராய்ப் பணியாற்றுவதையே குறிக்கோளாய்க் கொண்டு இளங்கலையும், முதுகலையும் படித்த நான், ஒரு மணித்துளிகூட தாமதிக்காமல் பதில் சொன்னது எப்படி என்பது இன்றுகூட எனக்கு வியப்பாகத்தான் இருக்கிறது. ஆனால் அந்த நிமிடம்தான் எனது வாழ்க்கையின் திசைகளைத் தீர்மானித்தது. ஒருவேளை நான் தினமணியில் உதவி ஆசிரியராகப் பணியில் சேர்ந்து பொது அறிவு, நடப்பு நிகழ்வுகள் என்று எனது அடிப்படைகளை வலுப்படுத்திக் கொண்டிருக்காவிட்டால் இந்திய ஆட்சிப் பணித் தேர்வில் முதல் முயற்சியில் வெற்றிபெறுவது என்பதைக் கனவிலும்கூட நினைத்துப் பார்த்திருக்க முடியாது.

நான் ஐ.ஏ.எஸ். பணியில் சேர்ந்து ஒடிஸாவில் பணியாற்றிய காலகட்டத்தில் சென்னைக்கு வருகிறபோது, இடையிடையே ஏ.என்.எஸ். அவர்களை அவரது வீட்டிற்குச் சென்று சந்திப்பேன். அவர் அப்போது தினமணியிலிருந்து ஓய்வு பெற்றிருந்தார். அத்தகைய ஒரு சந்திப்பில் எனக்குள் நெடுங்காலமாய் இருந்த ஒரு கேள்வியையும் அவரிடம் கேட்டேன். இதழியல் பயிற்சிக்காக தமிழ் இலக்கிய மாணவமாணவியர் பலர் குழுவாக வந்திருந்தபோது, ‘வேலை கொடுத்தால் சேர்ந்து கொள்வாயா என்று என்னிடம் மட்டும் ஏன் கேட்டீர்கள்?’ என்பதுதான் அந்த கேள்வி.

“உனது கண்களில் கனவுகள் தெரிந்தன. உன்னைப் பார்த்ததும் நீ நல்ல பத்திரிகையாளனாய் வருவாய் என்று தோன்றியது. அதனால்தான் அப்படிக் கேட்டேன்'' என்றார். மேலும், “நீ தினமணியில் சேர்ந்தாலும், சில வருடங்களுக்கு மேல் அங்கு தங்க மாட்டாய், வேறு திசைகளில் பயணிப்பாய் என்பதும் எனக்கு அப்பொழுதே தோன்றியது. நான் நினைத்தபடிதான் இப்போது நடந்திருக்கிறது” என்றார்.

பலருக்கு மனிதர்கள் வாய் திறந்து பேசும் வார்த்தைகள் கூடக் காதில் விழுவதில்லை. ஆனால் சிலரோ கண்களைப் படித்துக் கதவுகளைத் திறந்து விடுகிறார்கள். அப்படிப்பட்ட வழிகாட்டிகள், நல்லாசிரியர்கள், நல்ல மனம் கொண்ட மனிதர்கள் கடவுளுக்குச் சமமானவர்கள்.

கனவு காணும் கண்கள்
உடல் மொழியின்
அகரம்.
முனைப்பின் முதல் அசைவு.

கனவு காணும்
கண்களுக்குள்
ஒரு வசியம்
இருக்கிறது.
வாய்ப்புகளின்
வாசம் அறிய...
வசப்படுத்த.

கனவுகளைச் சுமக்கின்ற
கண்களைக்
கண்டதும் திறக்கின்றன
வாய்ப்புகள் என்னும்
வாசல் கதவுகள்.

கனவு காணும்
கண்களின் தேடல்
இழந்தது எதையும்
பிடிப்பதற்கல்ல;
பிடித்தது எதையும்
பெறுவதற்கு.

கனவு மெய்ப்பட
வேண்டும் என்றால்
கனவு "மெய்" எனப்
பட வேண்டும்.

கனவு மெய்யாகப்
பாடுபட வேண்டும்.
"மெய்யாக'ப் பாடுபட வேண்டும்.

கனவு மெய்ப்படும்
என்ற
கணிதம் புரிந்தவர்க்கே
கனவு மெய்ப்படும்.

ஈர்ப்பு விசை மீறி
எழத் தெரிந்த சிறகுக்கே
வானம் வசப்படும்.

பிடித்ததை விடாதீர்கள்

எங்கள் குடும்பத்தில் மட்டுமல்ல, எனது நெருங்கிய உறவுமுறையிலும் கூட நான்தான் முதல் பட்டதாரி. தமிழ் இலக்கியம் படிக்கத் தயங்கும் இன்றைய நிலவரத்திலிருந்து 1970களின் கல்விச் சூழ்நிலை எந்த வகையிலும் வேறுபட்டிருக்கவில்லை. 'வீட்டுக்கொரு பொறியாளர்' வளர்க்கப்படவில்லை என்றாலும் மருத்துவப் படிப்புக்கும், பொறியியல் கல்விக்கும்தான் அப்போதும் 'மவுசு அதிகம். வணிகவியல் படிப்பவர்கள் தங்களை 'ராயல் பி.காம் என்ற அடைமொழியோடு அழைத்துக்கொண்டிருந்தார்கள். தமிழ் படித்தால் வேலை கிடைக்காது என்ற அவநம்பிக்கை அப்போதும் இருந்தது. தமிழ் வளர்த்த மதுரையில் தாடி வளர்த்துக்கொண்டிருந்தவர்களில் பாதிப் பேர் தமிழ் மாணவர்கள்தான் என்ற நையாண்டி வேறு.

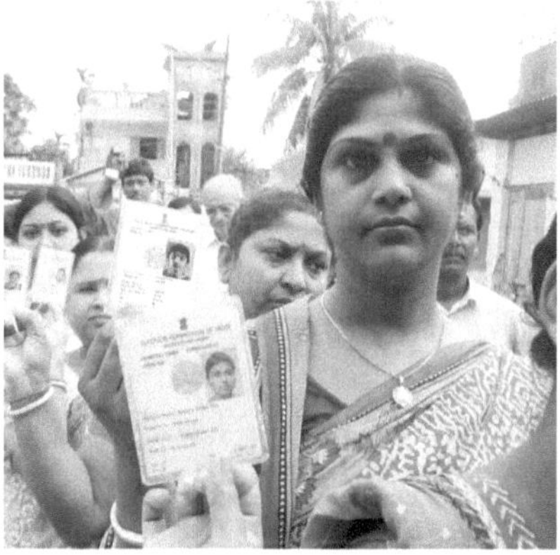

புகுமுக வகுப்பில் அறிவியல் படிப்பில் அவ்வளவாக ஈடுபாடு இல்லை. தவளையை மல்லாக்கப் போட்டு அறுப்பதிலும், அழகிய மலர்களின் அல்லி வட்டங்களை. புல்லிவட்டங்களை அலசுவதிலும் மனம் ஒன்றவில்லை. அடுத்தது இளம் அறிவியலா? இளங்கலையா என்று தடுமாறினேன். பிடித்தது எது, பிடிக்காதது எது என்பது கொஞ்சம் பிடிபட்டது. சுட்டுப்போட்டாலும் வராத கணக்கைத் தொட்டுப்பார்ப்பதில்லை என்று துணிந்தேன். தமிழ் பிடித்திருந்தது: தமிழ்க் கவிதைகள் பிடித்திருந்தன. அதனால் தமிழ் மாணவனாய் ஆனேன்.

வேலை எதுவும் கிடைக்காது என்று என்னைச் சுற்றியிருந்தவர்கள் பாட்டாய்ப் பாடிக்கொண்டிருந்தார்கள். ஆனால் நான் எனக்குள் சொல்லிக்கொண்டிருந்தேன், 'படித்து முடித்து ஒருநாள்கூட வேலையில்லாமல் இருக்கக்கூடாது' என்று. தமிழ் என்னைத் தாங்கியது. முதுகலைத்தேர்வு முடிவு வரும் முன்னரே தினமணியில் வேலை தேடி வந்தது. பயிற்சிக் காலத்தில் மாத ஊதியம் 240 ரூபாய்தான். தினம் எட்டு ரூபாய் என்ற கணக்கு சொந்த ஊரான நத்தத்திலிருந்து பஸ்சில் மதுரைக்குப் போய்வரவே ஐந்து ரூபாய் செலவு. மீதியில் தேநீர் குடிக்கலாம். இருந்தாலும் அது குறையாகத்

தோன்றவில்லை. பத்திரிகைப் பணியில் மேலும் மேலும் படிக்க வாய்ப்புக் கிடைத்தது. கரும்பு தின்னக் கூலியும் கிடைத்தது. கசக்குமா?

இந்திய ஆட்சிப் பணியில் இன்றும் என்னை வழி நடத்துவது எனது இலக்கியக் கல்விதான். 2007-ல் உத்தரப் பிரதேச தேர்தலுக்குப் பொறுப்பேற்று நடத்தினேன். அந்த மாநிலத்தைப் பொறுத்தவரையில் ஒரு துளியும் வன்முறையின்றி நடந்த முதல் தேர்தல் அது. இதற்குமுன் நலிவடைந்த பிரிவினரை வாக்குச்சாவடிப் பக்கம் போகவிடாமல் தடுத்து இன ஆதிக்கவாதிகள், வன்முறையாளர்கள் கள்ள வாக்குப் போட்டு வந்த ஜனநாயகப் படுகொலை நிகழாமல் முதன் முறையாகத் தடுக்கப்பட்டது இந்தத் தேர்தலில்தான். உத்தரப் பிரதேசத் தேர்தலில் முதல் முறையாக அச்சமின்றி வாக்குச்சாவடிக்குச் சென்றவர்கள், அப்போது, இந்தியத் தலைமைத் தேர்தல் ஆணையராக இருந்த திரு என். கோபாலசாமியைப் போற்றிப் புகழ்ந்து கொண்டாடினார்கள்.

“எல்லாரும் ஓர் குலம், எல்லாரும் ஓரினம், எல்லாரும் இந்திய மக்கள், எல்லாரும் ஓர் நிறை, எல்லாரும் ஓர் விலை, எல்லாரும் இந்நாட்டு மன்னர்,” என்ற மகாகவி பாரதியின் ஆசையை அரசியல் சாசனம் போல் செயல்படுத்த முடிந்தது சிலிர்க்கவைத்தது. ஐ.ஏ.எஸ். தேர்வு எழுதியது செல்லும் என்று தோன்றியது. உத்தரப் பிரதேசத் தேர்தல் முடிந்த அன்று எங்கள் வீட்டிலுள்ள பாரதியின் கம்பீரமான ஓவியத்தின்முன் நின்று வணங்கினேன்.

தேர்தல் முடிந்ததும் ஒரு பன்னாட்டு நிறுவனத்திலிருந்து ஒரு பெரிய பொறுப்பிற்கு வாய்ப்பு வந்தது. ஆட்சிப் பணியில் கிடைக்கும் ஊதியத்தைவிட பன்மடங்கு ஊதியம் தருவதாய்க் கூறினார்கள். ‘விருப்பமில்லை’ என்று விடையளித்தேன்.

நான் தொடங்கிய இடத்திலிருந்து மீண்டும் தொடங்குவதெனில் மீண்டும் தமிழ்தான் படிப்பேன். மீண்டும் ஐ.ஏ.எஸ். தேர்வுதான் எழுதுவேன். உண்மையில், இலக்கியக் கல்வியைப் போலவே ஆட்சிப் பணியும் எனக்கு மிகவும் பிடித்திருக்கிறது.

மனதோடு பேசுங்கள்.

சுயத்துடன் பேசுதல்
சுயநலம் அல்ல.

தானாகவே பேசுவதென்பது
வேறு தனக்குள் பேசுவதென்பது
வேறு.

உள்ளுக்குள் நடத்தும்
உரையாடல் மூலம்தான்
பிடித்தது எது என்பது
பிடிபடும்.
விருப்பு வெறுப்புகள்
வெளிச்சம் பெறும்.

உலகில் பாதியை
ஊதியமாய்க் கொடுத்தாலும்
விருப்பமில்லாத வேலையில்
வெறுப்புத்தான் மிஞ்சும்.

‘உள்ளத்தனையதே உயர்வு’
என்பதால்
உள்ளத்தில் உள்ளதை
உள்ளபடி உணர
உள்ளத்தைப் படியுங்கள்.

‘கம்பன் வீட்டுக்
கட்டுத் தறியும்
கவிதை பாட”
கற்றது எப்படி?
கவிதையைக் கம்பன்
நேசித்த நேசிப்பை
அவனது
சுற்றுப்புறம் கூட
சுவாசித்ததால் தானே!

உரசிப் பாருங்கள்.
உங்களின்
உதடுகள் பேசுவது
உங்களின் வார்த்தைகளையா
என்று.

மறந்தும் சுமக்காதீர்கள்
மற்றவர்களின் கனவை.

பிடித்ததை விடாதீர்கள்
பிடிக்காததைத் தொடாதீர்கள்.

இலக்கு

சென்னையிலுள்ள ஒரு பதிப்பகத்திற்குச் சென்றேன். அந்தக் கட்டிடத்தின் இரண்டாவது மாடியில் இருந்தது அந்த அலுவலகம். மாடிப் படிகளில் ஏறும் இடத்தில் நேர்த்தியாக அச்சிடப்பட்ட ஒரு வாசகப் பலகை வரவேற்றது. வானத்தைத் தொடுவதுதான் எங்கள் இலக்கு. தற்போது நாங்கள் இரண்டாவது மாடியில் இருக்கிறோம்' என்ற அந்தத் தன்னம்பிக்கை மொழி என்னை மிகவும் கவர்ந்தது.

அறிவுத்துறை, அரசியல், தொழில், வணிகம், கலை என்று எந்தத் துறையை எடுத்துக்கொண்டாலும் சாதித்தவர்களின் வாழ்க்கை போதிக்கிற ஓர் எளிய உண்மை, இலக்கு வேண்டும் என்பதுதான், இலக்கு இல்லாமல் பாய்கிற அம்பு எதையோ தொடும்; எங்கோ விழும்.

மதுரையில் எனக்கொரு நண்பன் இருந்தான். சிறந்த அறிவாளி, என்னைவிட நன்றாகப் படிப்பான். கணக்கிலோ, அறிவியல் பாடங்களிலோ ஏதாவது சந்தேகம் என்றால் அவனிடம்தான் கேட்போம். புகுமுக வகுப்பிலும் இளம் அறிவியல் வகுப்பிலும் முதன்மை பெற்றவன். அவன் பல்கலைக்கழகத்தில் அறிவியல் பட்டமேற்படிப்பு படிக்கும்போது இரயில்வேயில் எழுத்தர் பணிக்கு விண்ணப்பித்தான். அவனே எனக்கும் ஒரு விண்ணப்பப் படிவத்தை வாங்கி வந்தான். எவ்வளவோ எடுத்துச் சொன்னேன், அவன் இருக்க வேண்டிய இடம் ஆய்வுக்கூடங்களும் அறிவியல் அரங்கங்களும் என்று. அவன் கேட்கவில்லை. மதுரை இரயில் நிலையத்தில் அரை மணிநேரம் சுற்றித்திரிந்து யோசித்துவிட்டு அவனிடம் தீர்மானமாகச் சொன்னேன், நான் விண்ணப்பிக்கப் போவதில்லை என்று.

பின்னொரு நாள், நான் தினமணியில் பணியாற்றிக் கொண்டிருந்தபோது, ஒரு மழை இரவில் பேருந்து நிலைய நிழற்குடையில் அவனை விபத்தாகச் சந்தித்தபோது மானாமதுரையில் வேலை பார்ப்பதாகச் சொன்னான். எனக்கு வலித்தது. சின்ன வேலை, பெரிய வேலை என்ற கண்ணோட்டத்தில் நான் இதைச் சொல்லவில்லை. அத்தகைய பார்வையில் எனக்கு நம்பிக்கை இல்லை. ஆனாலும், அவன் தனது திறன்களின் திசைகளில் பயணிக்கவில்லை

என்பதுடன் கூட இந்தியா ஒரு விஞ்ஞானியை இழந்துவிட்டது என்பதும் உண்மை. நெருக்கடியான குடும்பத்தேவைகள் எதுவும் இல்லாத அவன் படிப்பைப் பாதியில் நிறுத்திவிட்டு அவசரமாக ஏன் வேலைக்குச் சென்றான் என்பது இன்றுவரை எனக்குப் புரியவில்லை.

பள்ளியில் என்னுடன் படித்த இன்னொரு நண்பனுக்குப் படிப்பு அவ்வளவாக வராது. மேற்படிப்பு எதற்கும் செல்லாமல் ஒரு தையற் கடையில் தொழில் கற்றுக்கொண்ட அவன் தானே ஒரு தையலகத்தைச் சொந்தமாக நிறுவி நடத்தவேண்டும் என்பதை இலக்காகக் கொண்டு உழைத்தான். மிக இளம் வயதிலேயே சொந்தத் தொழில் தொடங்கிய அவன் நகரின் முக்கியமான தையலகங்களில் ஒன்றாகத் தனது நிறுவனத்தை வளர்த்தெடுத்து தற்போது சீரும் சிறப்புமாக வாழ்கிறான். அவனது தொழில் முயற்சிகளால் பலருக்கு வேலைவாய்ப்பு கிட்டியிருக்கிறது. படித்துப் பெரிய வேலைக்குப் போனவர்கள் செய்த சாதனைகளில் எந்த வகையிலும் குறைந்ததில்லை எனது நண்பனின் வெற்றி.

இலக்கு, ஒரு தொலைநோக்குப் பார்வையை நமக்குத் தருகிறது. அது நம்மை உந்துகிறது. செயல்பட வைக்கிறது. அளக்கப்படுகிற எதுவும் மேலும் சீரடைகிறது (What is measured improves) என்றார் பீட்டர் டிரக்கர் என்ற மேலாண்மை வல்லுநர். இலக்கு என்பதில் ஊடும் பாவுமாய் உள்ளீடாய் இருக்கிறது. அளத்தலுக்கான' அடிப்படைத் தேவை. இலக்கு இருந்தால்தான் திட்டமிடுதலிலும் செயல்படுத்தலிலும் தெளிவு பிறக்கிறது.

இலக்கு இல்லாதவர்கள் இருந்த இடத்திலேயே இருக்கிறார்கள் அல்லது இருப்பதையும் இழக்கிறார்கள்.

சிலருக்குப் பெரிய இலக்கு என்று தோன்றும் விஷயங்கள் வேறு சிலருக்கு இலக்காகத் தோன்றுவதில்லை. அவர்களை இயக்கும் இலக்குகள் வேறாக இருக்கலாம்.

இதுதான்
இலக்கு என்று
இலக்கணம்
எதுவும் இல்லை.

இலக்கு எது என்பதை
உங்கள்
இதயம் சொல்லட்டும்.

உயர்ந்த இலக்குகளே
உங்களை
உயரத்திற்கு
உந்திச் செல்லும்.

ஒன்று மட்டும் நிச்சயம்.
எலி வேட்டைக்குப் போனால்
எலிதான் கிடைக்கும்.

திரும்பத் திரும்பப்
படியுங்கள்.
'கான முயல் எய்த அம்பினில்
யானை பிழைத்த வேல்
ஏந்தல் இனிது'
என்ற திருக்குறளை.

உங்களின்
எதிர்காலத்தை
தீர்மானிக்கப் போவது
நீங்கள்
இப்போது
எங்கே இருக்கிறீர்கள்
என்பதை விடவும்
உங்கள்
இலக்குகள்
எங்கே இருக்கின்றன
என்பதுதான்.

அரண்மனையிலா
தொடங்கியது
அப்துல் கலாமின்
பயணம்?

ப்ராக் ஒபாமாவின்
பழைய முகவரிகளையும்
அவர் வந்தடைந்திருக்கிற
புதிய முகவரியையும்
பார்த்தால் தெரியும்.
“இலக்கு’ என்பதன்
இயக்கம் புரியும்.

எலிகளை விடுங்கள்
எவரெஸ்ட்டைத் தொடுங்கள்.

விடாமுயற்சியும்
தொடாமுயற்சியும்

எறும்பின் கால்கள் எவ்வளவு மெலிதானவை; கல் எவ்வளவு கடினமானது. 'எறும்பூரக் கல்லும் தேயும்' என்ற பழமொழியைப் படைத்தவன் எவ்வளவு பெரிய அறிஞன்.

உண்மையில், களைப்புத் தோன்றிய பின்னால் ஓடும் ஓட்டம்தான் வெற்றியைத் தீர்மானிக்கிறது. கடைசி வரை களத்தில் இருப்பவர்களில் ஒருவருக்குத்தான் வெற்றி மாலை விழுகிறது.

வெற்றிகரமான முடிவுகளைக் கொண்டாட விழா எடுக்கிற நாம் முயற்சிகளைப் பற்றி அதிகம் பேசுவதில்லை. கஜினி முகமதுவின் பெயரைக்கூட அரியர்ஸ் மன்னர்களை நையாண்டி பண்ணத்தான் பயன்படுத்துகிறோம்.

பலரது தோல்விக்கு திறமையின்மையைவிடத் தீர்மானமின்மையே பெரிதும் காரணமாய் உள்ளது. தொடங்கும்போது காட்டும் உற்சாகத்தைத் தொடர்ந்து காட்டாமல் சோர்ந்து போகிறவர்களும், பந்தய மைதானத்திலிருந்து பாதியிலேயே கழன்று கொள்கிறவர்களும் ஏராளம். தொலைக்காட்சிகளில் மாரத்தான் ஓட்டப் பந்தயத்தைப் பார்த்திருப்பீர்கள். பந்தயம் தொடங்குமிடத்தில் கூட்டமாய் இருக்கும். நெடுந்தூர ஓட்டம் என்பதால் யார் முன்னால் நிற்கிறார்கள், யார் பின்னால் நிற்கிறார்கள் என்பதைப் பற்றியெல்லாம் பந்தய வீரர்கள் கவலைப்பட மாட்டார்கள் பந்தயம் தொடங்கி நேரம் ஆக ஆகத் தொடர்ந்து ஓடுபவர்களின் எண்ணிக்கை குறைந்துகொண்டே வரும். போட்டியின் இறுதி இலக்கை நெருங்கும்போது வெகு சிலரே தொடர்ந்து ஓடிக் கொண்டிருப்பார்கள். அதில் ஒருவர்தான் கடைசியில் வெற்றி பெறுவார். வாழ்க்கையும் ஒரு நெடுந்தூர ஓட்டம் போன்றதுதான். விரைவாக ஓடுதல் என்பதைவிடத் தொடர்ந்து ஓடுதல் என்பதைப் பொறுத்துத்தான் வெற்றி இருக்கிறது.

இணையதளத்தில் யூ டியூப்பில் (Youtube) நிகழ்படம் (Video) ஒன்றை அண்மையில் பார்த்தேன். 1992ஆம் ஆண்டு ஸ்பெயின் நாட்டிலுள்ள பார்ஸிலோனாவில் நடந்த ஒலிம்பிக் போட்டியில் ஆண்களுக்கான 400 மீட்டர் ஓட்டப் பந்தயத்தில் வெற்றி வாகை சூடுவார் என்று எதிர்பார்க்கப்பட்ட டெரக் ரெட்மாண்ட் என்ற தடகள வீரர் பற்றிய நிகழ்படம் அது.

அரை இறுதிப் போட்டியில் மிகுந்த நம்பிக்கையோடு ஓடிக் கொண்டிருந்த டெரக் எதிர்பாராத விதமாக வலது காலில் தசைப்பிடிப்பு ஏற்பட்டு தொடர்ந்து ஓட முடியாமல் கடுமையான வலியால் துடித்தார். மற்ற வீரர்கள் எல்லாம் வெற்றி இலக்கை நோக்கி ஓடிக் கொண்டிருந்தனர். போட்டியை விட்டு வெளியேறுவதைத் தவிர வேறு வழியில்லை என்ற நிலைக்கு வந்தாலும், தசைப் பிடிப்பு ஏற்பட்ட காலைத் தரையில் ஊன்ற முடியாமல் நொண்டிக் கொண்டே அவர் தொடர்ந்து ஓடினார். வலியோடு அவர் தொடர்ந்து ஓட முயற்சிப்பதைக் கண்டு அனைவரும் திகைத்து நின்றனர். அவரைத் தடுத்து நிறுத்த மருத்துவர் ஒருவர் முயன்றார். அதையும் மீறி அவர் நொண்டிக் கொண்டே ஓடினார். அப்போது கூட்டத்தில் இருந்த அவரது தந்தை தடைகளை மீறித் தடகளத்திற்குள் புகுந்து மகன் டெரக் ரெட்மாண்டை சமாதானப்படுத்த முயன்றார். அதையும் மீறி அவர் தொடர்ந்து ஓடிக்கொண்டிருந்தார். அதற்குள் போட்டி முடிந்துவிட்டது. இருந்தாலும் தொடர்ந்து ஓடியே தீருவேன் என்ற ரெட்மாண்டின் மன உறுதியைப் பார்த்து வியந்த ரசிகர்கள் அனைவரும் அவரது விடா முயற்சிக்கு மரியாதை செலுத்தும் வகையில் எழுந்து நின்று கை தட்டினார்கள். அவ்வாறு அவர் 400 மீட்டரையும் வலியோடு கடந்ததும் கரவொலியால் அரங்கமே அதிர்ந்தது.

அந்தப் பந்தயத்தில் பரிசுகளை வென்றவர்களுக்கு உட்கார்ந்தபடியே கரவொலி செலுத்திய ரசிகர்கள் கூட டெரக் ரெட்மாண்ட் நொண்டிக்கொண்டே தொடர்ந்து ஓடியதற்குத்தான் எழுந்து நின்று கை தட்டினார்கள்.

அதற்குப் பின்னால் எத்தனையோ ஒலிம்பிக் போட்டிகள் வந்துபோய்விட்டன. எத்தனையோ 400 மீட்டர் ஓட்டப் பந்தயங்களில் பலர் தங்கம், வெள்ளி, வெண்கலம் வென்றாகிவிட்டது. ஆனாலும் டெரக் ரெட்மாண்ட்தான் இன்னும் நினைவில் நிற்கிறார். இந்த நிகழ்படம் பல மேலாண்மைக் கல்விக்கூடங்களில் பாடமாய் வைத்துப் பார்க்கப்படுகிறது. இல்லை படிக்கப்படுகிறது.

முயற்சி என்பது
இலக்கை நோக்கிய
இயக்கம்.

முனைப்பு என்பது
முயற்சி முளை விடும்
துவக்கம்.

முனைப்பில்லாத விதை
முளைப்பதில்லை.
முயற்சி செய்யாத எதுவும்
பிழைப்பதில்லை.

குத்த வைத்து உட்கார்ந்து
குளிர் காய்ந்தவர்கள்
இன்னும்
குகைகளில்தான்
இருக்கிறார்கள்.
நகர்ந்து வந்தவர்கள்தான்
நாகரிகம் படைத்தார்கள்.

“தெய்வத்தால் ஆகாதெனினும்
முயற்சிதன் மெய்வருத்தக் கூலி
தரும்“ என்ற
வள்ளுவன் வாசகம்
மனித முயற்சிக்கு மகுடம்
சூட்டிய
மகா சாசனம்.

முயற்சியை
வாழும் கலையாய்
வகுத்துக் கொள்ளுங்கள்,
வழி தெரியும்;
வலி தெரியாது.

முழு முயற்சி என்பதே
முழு வெற்றி.
முயற்சியின் அளவைப்
பொறுத்தே உள்ளது

வெற்றி என்பதன்
'விஷய கனம்'

முயற்சியில் உண்டு
வகை இரண்டு.
விடா முயற்சி...
தொடா முயற்சி...

விடா முயற்சி,
வெற்றியில் முடிகிறது
தொடா முயற்சி,
தோல்வியில் தொடங்குகிறது.

விடா முயற்சி,
விட்டு விடாமல்
வியர்வை சிந்தும்.
தொடா முயற்சி,
நனையாமல் குளிக்க
நாள் பார்க்கும்!

தொடர்ந்து ஓடுங்கள்.
போட்டியின்
துவக்கப் புள்ளி தான்
நிரம்பி வழிகிறது.
நிறைவுப் புள்ளி
காலியாகத்தான்
இருக்கிறது.

விட்டுச் செல்லாதீர்கள்.
மீதியிருக்கும்
பாதியில் தான்
மேன்மை இருக்கிறது.

முதன்மை
பெறுவதை விட
முக்கியமானது
முயற்சி செய்வது.

கடின உழைப்பே
கச்சாப் பொருள்

கல்லூரி நாட்களிலிருந்தே பட்டிமன்றங்களில் பேசி வந்தேன். மறைந்த எனது பேராசிரியர் தமிழ்க் குடிமகன், பேராசிரியர் சாலமன் பாப்பய்யா ஆகியோருடன் பல பட்டிமன்றங்களில் பேசியிருக்கிறேன். மறைந்த தவத்திரு குன்றக்குடி அடிகளாரின் ஏற்றமிகு தலைமையில் பல முறை பேசும் வாய்ப்பும் கிடைத்தது. பட்டிமன்றத்தில் பேசுவதற்குக் கிடைக்கும் ஊதியம் படிப்புச் செலவிற்கும் உதவியாக இருந்தது. தினமணி நாளிதழில் பணியாற்றும்போது நாடகங்களிலும் நடித்து வந்தேன். சென்னைக்கு வந்து பாரதிராஜாவிடம் உதவி இயக்குநராகச் சேர்ந்து திரைப்படத் துறையை ஒரு கை பார்த்துவிட வேண்டும் என்று வெறியாக இருந்தேன். ஆனால் என்னைச் சுற்றியிருந்த நண்பர்கள் ஐ.ஏ.எஸ். எழுதலாமே என்று கேட்கத் தொடங்கினர். நான் படித்த யாதவர் கல்லூரியில் ஒருமுறை சொற்பொழிவாற்றச் சென்றிருந்தேன். அந்நிகழ்ச்சிக்குத் தலைமை தாங்கிய கல்லூரி ஆட்சிமன்றக் குழுத் தலைவரும் அரசியல் தலைவருமான திரு. சோ. பாலகிருஷ்ணன், என்னை ஐ.ஏ.எஸ். எழுதினால் என்ன என்று மேடையிலேயே கேட்டார். எனக்கு வியப்பாக இருந்தது. பல ஆண்டுகளுக்கு முன்பு பள்ளிச் சிறுவனாக இருந்த என்னைப் பெருந்தலைவர் காமராசர் ஐ.ஏ.எஸ். எழுதச் சொன்ன அந்நள்ளிரவுப் பயணம் மீள் நினைவாய் எனக்குள் மின்னியது. எழுதிப் பார்த்தால் என்ன என்ற நினைப்பு எனக்குள் முளைத்தது, அந்தக் கணத்தில்தான்.

ஒரே ஒருமுறை ஐ.ஏ.எஸ். தேர்வு எழுதுவது என்று தீர்மானித்தேன். அதற்காக நான் விண்ணப்பித்தாலும் நெருங்கிய உறவினர்கள் மற்றும் நண்பர்களைத் தவிர வேறு யாருக்கும் சொல்லவில்லை. என்னுடன் பணியாற்றியவர்களுக்கும் அது தெரியாது. அரசனை நம்பி புருஷனைக் கைவிடக்கூடாது' என்ற கிராமத்து எதார்த்தமும் முதல் தலைமுறையினருக்குண்டான முன்னெச்சரிக்கை உணர்வும் காரணமாக இருந்திருக்கலாம். அத்துடன், பத்திரிகைப் பணியில் எனக்குள்ள ஈடுபாட்டின் மீது சந்தேகம் வரக் கூடாது என்ற முன்னெச்சரிக்கை உணர்வும் எனக்குள் இருந்தது.

அப்போது நான் தினமும் எனது சொந்த ஊரான நத்தத்திலிருந்து தினமும் 35 கிமீ பயணம் செய்து மதுரைக்கு வருவேன். பேருந்தில்

கடைசி வரிசையில் அமர்ந்து படித்துக்கொண்டே வருவேன். தினமணி அலுவலகத்திற்கு வெளியே உள்ள வெற்றிலைப் பாக்குக் கடையில் புத்தகத்தை வைத்துவிட்டு அலுவலகத்திற்குச் சென்று பணியாற்றுவேன். மூன்று சிஃப்ட்டுகளில் மாறி மாறிப் பணியாற்றுவதில் படிப்பதற்கென்று தனியாக நேரம் ஒதுக்குவது முடியாத காரியமாக இருந்தது. அதே நேரத்தில் தினமும் ஆங்கிலச் செய்திகளைத் தமிழில் மொழிபெயர்த்து எழுதுவதே தொழிலாகிவிட்டதால் தேர்வுக்குத் தேவையான பொது அறிவுச் செய்திகளைத் தனியாகப் படிக்கத் தேவையில்லை என்றாகிவிட்டது.

மாநிலத் தலைநகர் சென்னையில் மட்டும்தான் இன்று வரை ஐ.ஏ.எஸ். மெயின் தேர்வுகள் நடைபெறுகின்றன. தேர்வு எழுதுவதற்காகத் தொடர்ந்து விடுமுறை எடுக்கும் சூழல்கூட இல்லாத காரணத்தால் மதுரையிலிருந்து சென்னைக்கு வருவதும் போவதுமாயிருந்தேன். காலையில் ஒரு தேர்வு, பிற்பகல் ஒரு தேர்வு, இடையில் ஒரு நாள் இடைவெளி விட்டு மறுநாள் அதேபோல மீண்டும் இரண்டு தேர்வுகள் என்ற நிலை. நத்தத்திலிருந்து காலையில் மதுரைக்குப் பேருந்தில் வந்து, எட்டு மணிநேரம் பணியாற்றிவிட்டு இரவு பாண்டியன் எக்ஸ்பிரஸைப் பிடித்து மறுநாள் காலை சென்னை எழும்பூரில் இறங்கி கென்னட்லேனில் ஒரு விடுதியில் குளித்து உடை மாற்றி இரண்டு தேர்வுகளை எழுதிவிட்டு, அன்றிரவே பாண்டியன் எக்ஸ்பிரஸைப் பிடித்து மறுநாள் காலை மதுரைக்கு வந்து அலுவலகத்தில் எட்டு மணிநேரம் பணியாற்றிவிட்டு மீண்டும் அன்றிரவே அதேபோலச் சென்னைக்குச் சென்று மறுநாள் இரண்டு தேர்வுகளை எழுதி முடித்து மதுரைக்குத் திரும்பிய அந்தப் பயணங்களை இன்றைக்கு நினைத்துப் பார்க்கையில் மலைப்பாக இருக்கிறது. அப்போது அப்படித் தோன்றவில்லை.

டெல்லிக்கு நேர்முகத் தேர்வுக்காகச் செல்லும்வரை சென்னைக்கு வடக்கே கால் வைத்துப் பழக்கமில்லாதவன் தான். இப்படிப் படி' என்று யோசனை சொல்வதற்கு என்னைச் சுற்றி யாருமில்லை. எங்கேயோ உள்ள கடைக்கோடி மனிதர்களைத் திறனறிந்து தேர்வு செய்கிற நிறுவனம் சார்ந்த நேர்மையின் வலுவில்தான் இந்தியா நிற்கிறது. இந்த அறம்தான் நமது அடியுரம்.

புஷ்பவனம் குப்புசாமி பாடியுள்ள தமிழிசைப் பாடல்களிலேயே என்னை மிகவும் கவர்ந்தது 'வெறும் கை என்பது மூடத்தனம்; விரல்கள் பத்தும் மூலதனம்' என்ற பாடல்தான். கவிஞர் தாரா பாரதி எழுதிய தங்க வரிகள் இவை.

வியர்வை உப்புச் சேரும்போதுதான் வெற்றி சுவைக்கிறது.

உழைப்பு என்னும்
உந்து விசையால்தான்
உலகம் சுழல்கிறது.

உழைப்பு என்பது
வெற்றிக்குக் கொடுக்கும்
விலை.

வெற்றி என்பது
உழைப்பிற்குக் கிடைக்கும்
ஊதியத் தொகை.

செய்யாத உழைப்பு
சேமிப்பு அல்ல.
விரயமாகிப் போன
விசை.

பயன்படுத்தாத எதுவும்
பழுதாகித்தான் போகிறது.

துருப்பிடித்துப் போகிற
துயரத்தை விடவும்
தேய்மானம்
கௌரவமானது.

இப்போது
அறிவே மூலதனம்;

கடின உழைப்பே
கச்சாப் பொருள்.

வரப் போகும்
காலத்திலும்
கடின உழைப்பிற்கு
மரியாதை நீடிக்கும்.

ஆனால்
கவன உழைப்புதான்
காரியம் சாதிக்கும்.

கடின உழைப்பிற்கும்
கவன உழைப்பிற்கும்
வித்தியாசம் உள்ளது.
'கழுதையாய்' உழைப்பதற்கும்
கருத்துடன் உழைப்பதற்கும்
உள்ள வித்தியாசம்.

கவன உழைப்பில்
கருத்தைச் செலுத்துங்கள்.
ஏனெனில்,
மணிக்கணக்கைவிட
முக்கியமானது
மனக் கணக்கு.

சிறகுகள் பாரமில்லை
சிகரங்கள் தூரமில்லை.

வெற்றியும் தோல்வியும்

ஏ.ஆர். ரகுமான் என்னை மிகவும் கவர்ந்த மனிதர்களில் ஒருவர். அவரை நான் நேரில் சந்தித்தது இல்லை. அவரை எனக்குப் பிடித்திருப்பதற்கு அவரது இசைத் திறன் மட்டுமே காரணம் இல்லை. அவர் தனது வெற்றியைக் கையாள்கிற விதமும்தான்.

ரகுமானுக்கு ஆஸ்கார் விருது அறிவிக்கப்பட்ட நிகழ்ச்சியைத் தொலைக்காட்சியில் பார்த்தேன். இரு கைகளிலும் இரண்டு ஆஸ்கார் விருதுகளை ஏந்திக் கொண்டு அவர் இறைவனுக்கும் தனது குடும்பத்தினருக்கும் மற்றவர்களுக்கும் நன்றி சொன்ன விதம் என்னை வியப்பில் ஆழ்த்தியது.

வெற்றியும் தோல்வியும் மனிதர்களை வெவ்வேறு விதமாய்ப் பாதிக்கின்றன. சிலர் வெற்றி வரும்போது அலட்டிக்கொள்ளவும் மாட்டார்கள், தோல்வி வரும்போது ஆடிப் போகவும் மாட்டார்கள். இதற்கு மாறான சிலரை நான் சந்தித்து இருக்கிறேன். வெற்றி தோல்விகளின் விளைவுகள் அவர்களின் முகத்திலும் நடை, உடை, பாவனையிலும் போஸ்டர் அடித்து ஒட்டியிருக்கும். வியாபாரம் கொஞ்சம் நன்றாக நடந்து, கையில் கொஞ்சம் காசு, பணம் புரண்டாலே போதும், அவர்களைப் பிடிக்கமுடியாது. தலை, கால் புரியாமல் ஆடுவார்கள். எதிரே ஆண்டவனே வந்தாலும் அடையாளம் தெரியாது. ஆனால் ஏதாவது பிரச்சினை அல்லது தோல்வி என்று வரும்பொழுது கதிகலங்கிப்போப் விடுவார்கள். அவர்களது நடை எப்படி இருக்கிறது என்பதை வைத்தே 'கடை எப்படி நடக்கிறது என்பதை எடை போட்டுவிடலாம். இப்படிப்பட்டவர்கள் தங்களது இருப்பின் மொத்த அடையாளத்தையும் வெற்றி, தோல்விகள் பற்றிய அவர்களது தவறான புரிதல்களுக்குத் தாரைவார்த்து விட்டதால் இந்த ஊசலாட்டம் நேர்கிறது. அவர்களது மனநிலை ஒருநிலையாக இருக்காது.

இந்தியாவில் நான்கு நிமிடங்களுக்கு ஒரு தற்கொலை நிகழ்கிறது, அதில் மூன்றில் ஒருவர் முப்பது வயதிற்குட்பட்ட இளைஞர்கள் என்ற புள்ளிவிவரம் வேதனையளிக்கிறது. தேசிய குற்றப்பதிவு விவரப்படி நாட்டில் ஒவ்வொரு ஆண்டும் 13 லட்சத்திற்கும் மேற்பட்டோர் தற்கொலை செய்துகொள்கிறார்கள். இந்தியா

தற்கொலைகளின் தலைநகரமாகி வருகிறது' என்று உளவியல் பேராசிரியர் ஒருவர் கூறியிருக்கிறார்.

சென்னையில் இந்த ஆண்டு (2012), முதல் மூன்று மாதங்களில் மட்டும் 19 மாணவ, மாணவியர்கள் தற்கொலை செய்திருப்பதாகவும்

இவர்களில் 12 பேர்களில் தற்கொலைக்கு 'பாடம் புரியவில்லை, தேர்வில் தோல்வி', 'குறைந்த மதிப்பெண்கள் போன்றவையே காரணமாக இருந்தன என்றும் கூறப்படுகிறது.

பள்ளி இறுதித் தேர்வுகளில் மிகச்சிறந்த மதிப்பெண்கள் பெற்ற மணிவண்ணன் என்ற மாணவனும், தைரிய லட்சுமி என்ற மாணவியும் பொறியியல் கல்லூரிப் படிப்பின் அழுத்தத்தைத் தாங்க முடியாமல் தற்கொலை செய்து கொள்கிற அளவிற்குப் போனது ஏன்?

இன்றைய இளைஞர்களில் பலர் தோல்வியைக் கையாள முடியாமல் துவண்டுபோவதற்கு குடும்பம் மற்றும் சமூக அழுத்தங்களும் காரணமாய் உள்ளன. கணக்கில், அறிவியலில் நூற்றுக்கு நூறு வாங்குகிற, கராத்தே கற்ற, ஓடத்தெரிந்த, பாடத்தெரிந்த, வீணை வாசிக்கத்தெரிந்த, விநாடிவினாவில் பரிசு வாங்குகிற ஆல் இன் ஒன்' குழந்தைகளையே பெற்றோர்கள் வார்த்தெடுக்க முயல்வதால் இரண்டாம் பரிசுகளே ஏமாற்றம் அளிக்கத் தொடங்கிவிட்டன.

இதுபற்றி நாம் அதிகம் பேசவேண்டியது பெற்றோர்களிடம் தான்.

வெற்றியின் அளவுகோல்
வெளியே இல்லை.

உங்களின்
சுயத்தை மதிப்பிட
வைத்துக் கொள்ளுங்கள்
ஒரு
சொந்தத் தராசு.

தோல்வியைப் படிக்கல்லாக்கி
வென்றவர்களும் உண்டு
வெற்றியின் சுமை தாங்காமல்
வீழ்ந்தவர்களும் உண்டு.

சிலர்,
மாபெரும் வெற்றியிலும்
மயங்காதிருக்கிறார்கள்
சிலர்,
சில்லரை வெற்றிக்கே
சிலிர்த்துப் போகிறார்கள்

ஒரு வகையில்
வெற்றியின் அருமையை
விளங்கிக் கொள்வதற்கு
தோல்வியின் துணை
கொஞ்சம் தேவைப்படுகிறது.

உண்மையில் எவரும்
பயப்பட வேண்டியது
தோல்வியைக் கண்டல்ல,
வெகு சீக்கிரமாய்
விளைகிற
வெற்றியைக் கண்டுதான்.

தோல்வி பயம்
உள்ளவர்கள்
விளையாட மாட்டார்கள்.
விளையாடாதவர்கள்
வெற்றி பெற மாட்டார்கள்.

பந்தயத்தில் தோற்பவர்களை விட
பயத்தில் தோற்பவர்களே
அதிகம்.

தோல்வியைவிடத்
துயரமானது
தோல்வி பயம்.

தோல்வியின் காரணத்தை
மற்றவரின்
தோளில் சுமத்துவோரை
வெற்றி ஒரு போதும்
விரும்புவதில்லை.

வெற்றியோ, தோல்வியோ
விளையாடிப் பாருங்கள்.
வென்றால் பதக்கம்.
தோற்றால் பட்டறிவு.

உயர்வும் உன்னதமும்

ஒடிஸா மாநிலத் தலைநகர் புவனேஸ்வரத்திலிருந்து பூரி செல்லும் பாதையில் பார் கவி நதியின் தென்கரையில் உள்ளது ரகுராஜ்பூர் என்ற கிராமம். சுற்றிலும் நெல்வயல், வெற்றிலைக் கொடிக்கால். முதன் முதலில் நான் அந்த ஊருக்குச் சென்றபோது மதுரைக்குப் பக்கத்திலுள்ள சோழவந்தானும் அதன் சுற்று வட்டாரமும்தான் நினைவுக்கு வந்தன.

பத்மஸ்ரீ, பத்மபூஷண் மற்றும் பத்மவிபூஷண் விருதுகளைப் பெற்ற ஒடிஸி நடனக்கலைஞர் குரு கேளுசரண் மகாபாத்ரா பிறந்த ஊர் என்ற அறிமுகத்தோடுதான் பண்பாட்டுத் துறையைச் சேர்ந்த அதிகாரிகள் அந்தக் கிராமத்திற்கு என்னை அழைத்துச் சென்றார்கள். கால் வைத்த உடனே தெரிந்துவிட்டது, அது களிமண் அல்ல; கலைமண் என்பது.

ரகுராஜ்பூரில் மொத்தம் 103 வீடுகள்தான். ஆனால்300க்கும் மேற்பட்ட கலைஞர்கள். பட்டச்சித்ரா எனப்படும் மரபு சார்ந்த ஓவியக்கலை, சுவரோவியம், பனைஓலை நுண்ணோவியம், கற்சிற்பம், மரச்சிற்பம், ஒடிஸி எனப்படும் செவ்வியல் நடனம், கோத்திப்புவா எனப்படும் ஆடற்கலை, இசைக்கலை என்று விதவிதமான கலைகள். ஒவ்வொரு வீட்டிலும் சராசரியாக மூன்று கைதேர்ந்த கலைஞர்கள். அவர்களில் குடியரசுத் தலைவரின் தேசிய விருது பெற்ற கலைஞர்கள் மட்டும் ஏழுபேர். இப்படியொரு கிராமம் இந்தியாவில் வேறு எங்கும் இல்லை. வியப்பில் விக்கித்துப் போனேன்.

வீட்டுத் திண்ணைகளில் அமர்ந்து ஓவியம் தீட்டுவோர், சிற்பங்களைச் செதுக்குவோரின் கவனம் முழுவதும் கலையில், வருபவர்கள் சென்று விலை விசாரித்தால் மட்டும் சொல்கிறார்கள். போட்டி போட்டுக் கூவி அழைப்பதெல்லாம் கிடையாது.நுட்பமான ஒரு பட்டச்சித்திரத்தை வரைய மாதக்கணக்கில் ஆகும்.

ஓவியக் கலையில் ஈடுபாடுள்ளவர் எனது மனைவி. அடுத்த வாரமே அந்தக் கிராமத்திற்கு எனது மனைவி, குழந்தைகளுடன் மீண்டும் சென்றேன். குரு மாகுனி சரண்தாஸ் என்ற நடனக் கலைஞர் நடத்திவந்த கோத்திப்புவா குருகுலப் பள்ளிக்குச் சென்றோம். கோத்திப்புவா என்பது ஒடிஸி நடனத்தின் தொப்புள்கொடி. நடனத்தில் ஆர்வமுள்ள ஆண் குழந்தைகள் மிகச் சிறுவயதிலேயே

குருகுலத்தில் தங்கிக் கடுமையான உடற்பயிற்சியோடு கோத்திப்புவா நடனத்தைக் கற்றுக்கொள்வார்கள். குரு மாகுனி தாஸையும் அவரது குருகுலத்தில் தங்கியிருந்த சிறுவர்களையும் சந்தித்தோம். அவர் வங்கியில் கடன் வாங்கி அந்தக் குருகுலப் பள்ளியின் கூரையைச் சீரமைத்துக் கொண்டிருப்பதாக அவ்வூர்க்காரர்கன் கூறினார்கள். ஆனால், அவர் அதுபற்றி என்னிடம் எதுவும் கூறவில்லை. அவசர கதியில் இயங்கும் உலகத்தில் இந்தக் கிராமம் ஓர் அதிசயம் என்று தோன்றியது.

அப்போது, மைய அரசின் சுற்றுலா மற்றும் பண்பாட்டுத் துறை அமைச்சராக இருந்த திரு. ஜக்மோகன் ஒடிஸாவிற்கு வருகை புரிந்தார். அவர் இதற்குமுன்பு ஜம்முகாஷ்மீரில் ஆளுநராக இருந்தபோது அங்குள்ள வைஷ்ணவ தேவி கோயில் நிர்வாகத்தைச் சீரமைத்துப் புகழ்பெற்றவர். அவரது பயணத்திட்டத்தில் ரகுராஜ்பூர் விஜயத்தையும் சேர்த்தேன். அவரோடு குண்டுதுளைக்காத காரின் பயணிக்கும்போது ரகுராஜ்பூரின் அருமை, பெருமை பற்றி விளக்கினேன். ஆர்வத்துடன் கேட்டார்.

ரகுதுராஜ்பூரில், பல்வேறு கலைஞர்களையும் கோத்திப்புவா குருவையும் சந்தித்த அவர் மிகவும் மகிழ்ந்தார். அங்கே உருவானதுதான் ஊரகப் பண்பாட்டு மரபுச் சுற்றுலாத் திட்டம். அந்தக் கிராமத்தை உலக அரங்கில் முன்னிறுத்தவும், மரபுக்கலைகளை ஊக்குவிக்கவும் பல திட்டங்களை வைத்திருப்பதாகவும், ஆனால் அதற்கான நிதியாதாரம் இல்லை என்றும் சொன்னேன். துராஜ்பூர் திட்டத்திற்கு மைய அரசின் உடனடி உதவியாக ஒரு கோடி ரூபாய் தருவதாக அமைச்சர் அந்த இடத்திலேயே அறிவித்தார் அவர்.

ரகுராஜ்பூரின் வளர்ச்சிக்காகப் பல்வேறு திட்டங்களை நிறைவேற்றினார். அங்குள்ள எல்லா வீடுகளின் வெளிச்சுவர்களிலும் பழைய மரபுப்படி அரைத்துக் குழைத்த சுதைபூசி சுவரோவியங்கள் தீட்டினோம். சிறிய திறந்தவெளி அரங்கு, கண்காட்சியகம், விருந்தினர், ஆய்வாளர் தங்கும் அறைகள், பொதுக் கழிப்பிடங்கள் என்று ரகுராஜ்பூர் புத்தொளி பெற்றது. குரு மாகுனி தாஸின் கோத்திப்புவா குருகுலப் பள்ளியின் கூரை அரசுச் செலவில் சீரமைக்கப்பட்டது.

ரகுராஜ்பூர் கிராமத்திற்கு நான் எத்தனை முறை சென்றிருக்கிறேன் என்பது எனக்கே நினைவில்லை. எனக்குத் தெரிந்தவர்கள் யார் வந்தாலும் அனுப்பி வைப்பேன். சென்னையிலிருந்து கலை விமர்சகர் இந்திரன் வந்தார். வியந்தார். அதைத் தொடர்ந்து ரகுராஜ்பூரின் கலை மரபுகள் பற்றி ஓர் ஆங்கில நூலை அவர் எழுதி வெளியிட்டார்.

கோத்திப்புவா நடனக்கலைக்கு குரு மாகுனி சரண் தாஸின் பங்களிப்பைப் பாராட்டி பத்மஸ்ரீ விருதுக்கு மாநில அரசு சார்பில் முறைப்படி முன்மொழிந்தோம். சில மாதங்கள் கழித்து பத்மஸ்ரீ

விருதுப்பட்டியலில் அவரது பெயரைப் பார்த்ததும், மட்டிலா மகிழ்ச்சி ஏற்பட்டது.

அன்று ஞாயிற்றுக்கிழமை விடுமுறை. வீட்டில் ஓய்வாக இருந்தேன். அப்போது எங்கள் வீட்டின் அருகே ஒரு பேருந்து வந்து நின்றது. பேருந்திலிருந்து பெருந்திரளாக இறங்கியவர்கள் நேராக வீட்டை நோக்கி வந்தார்கள். வெளியே வந்து பார்த்தால் பல பழகிய முகங்கள். அனைவரும் ரகுராஜ்பூர்க்காரர்கள். அவர்களிடையே குரு மாகுனி தாஸ், அவரது கையில் பத்மஶ்ரீ விருது. வீட்டிற்குள் வந்தவர்கள் என்னிடமும் என் மனைவியிடமும் விருதைக் காண்பித்தார்கள். பார்த்து மகிழ்ந்தோம். பரத நாட்டியம், ஒடிஸி போன்ற செவ்வியல் நடனங்களே முன்னுரிமை பெறுவதால் கோத்திப்புவா போன்ற வேர்நிலைக் கலைகள் புறக்கணிப்பட்டு வந்த குறை, இவ்விருதால் தீர்ந்ததாக அவர்கள் அனைவரும் பெருமிதம் கொண்டனர். அம்மகிழ்ச்சியை நேரில் பகிர்ந்து கொள்ள அனைவரும் சேர்ந்து தனிப்பேருந்து அமர்த்தி வந்ததாகக் கூறினர். ரகுராஜ்பூர் ஓர் உன்னதமான அந்த ஊர் எங்கள் வீட்டிற்கு வந்ததை நினைத்து மகிழ்ந்தோம். நெகிழ்ந்தோம்.

ஆறு ஆண்டுகால இடைவெளிக்குப் பின்னால் (2012ஆம் வருடத் தொடக்கத்தில் நான் மீண்டும் ஒடிஸா சென்றேன். இம்முறை எழுத்தாளர் எஸ். ராமகிருஷ்ணனும் திருச்சி நண்பர் துளசிதாசனும் என்னுடன் வந்தனர். ரகுராஜ் கிராமத்திற்குச் சென்றோம். குரு மாகுனி தாஸ் அமரர் ஆகிவிட்டார் என்பது எனக்குத் தெரியும். கிராம மக்கள் எங்களை அன்புடன் வரவேற்று உபசரித்தனர். குரு மாகுனி தாஸின் குருகுலப் பள்ளிக்குச் சென்றோம். பள்ளியின் வாசலில் குருவின் மார்பளவுச் சிலையை நிறுவியிருந்தார்கள். குருவின் மனைவி ஆரத்தியெடுத்து, குலவையிட்டு எங்களை வரவேற்றார். அவர் கண்களில் கண்ணீர் பொங்கியது. குருவின் சிலைக்கு மூவரும் மாலையிட்டோம். குருவின் மாணவர்கள் எங்களுக்காக நடனம் ஆடினார்கள். அவர்களின் நடனக் குழு அண்மையில் ஜெர்மனி நாட்டிற்குச் சென்று பல மாதம் நடன நிகழ்ச்சிகள் நடத்தி வந்ததாகப் பெருமையுடன் சொன்னார்கள். இன்னொரு குழு அந்தமான் சென்றிருப்பதாகவும் சொன்னார்கள். குருவின் படத்தில் பத்மஶ்ரீ விருதைத் தொங்கவிட்டிருந்தார்கள். அறையின் ஒரு மூலையில் குருவின் மனைவி ஏதோ யோசனையில் ஆழ்ந்திருந்தார். அடிக்கடி கண்களில் பெருகிய நீரை முந்தானையால் துடைத்துக்கொண்டிருந்தார். எனக்குள்ளும் ஏதேதோ நினைவலைகள்.

இந்திய அரசியல் வரைபடத்தில் ரகுராஜ்பூர் ஒரு புள்ளி கூட இல்லை. ஆனால், இந்தியப் பண்பாட்டு வரைபடத்தில் அது பூமத்திய ரேகை.

உயர்வு என்பது
உண்மையில்
“உயரம் சம்பந்தப்பட்டதல்ல.
உன்னதம் சம்பந்தப்பட்டது.

காந்தியின்
பெயர் தொட்டுக்
கௌரவம் தேடாத
நோபல் பரிசல்லவா
நொந்து கிடக்கிறது.

‘மாந்தர்தம்
உள்ளத்தனையது உயர்வு’
என்ற
குறளை நெஞ்சில்
குறித்து வையுங்கள்.

எதைச் செய்கிறோம்
என்பதை விட
எப்படிச் செய்கிறோம்
என்பதே முக்கியம்.

எந்தப் பல்கலைக்கழகத்தில்
படித்தார் ஏ.ஆர்.ரகுமான்?
எந்தப் பல்கலைக்கழகம்
படிக்கவில்லை இவரை?

உண்மையில்,
திசைகளைத்
தீர்மானிப்பது
திறமையும்
தீர்க்கமும்தான்.

ஏகலைவன்கள்
இருந்தார்கள்....
இருக்கிறார்கள்....
இருப்பார்கள்....
எல்லாக் காலங்களிலும்.

அழுதுகொண்டு
கணிதம் படித்தவனைவிட
சிரித்துக் கொண்டு
இலக்கியம் படித்தவன்
சிறப்பாகவே இருக்கிறான்.

சிரத்தையோடு ரசித்து
சிகை திருத்தும்
சிகை அலங்காரக்
கலைஞனைவிட
ஓர்
ஒதவாக்கரை அதிகாரி
எந்த வகையில்
உயர்ந்தவன்?

கல்லும் உளியுமா
சிலை வடிக்கிறது?
சிற்பியின்
கையில் அல்லவா
'உயிர்' துளிர்க்கிறது?

'சிறப்பான' தொழில் தேடிச்
சிரமப்படாதீர்கள்.

சிரமம் கொள்ளுங்கள்
செய்யும் தொழிலைச்
சிறப்பாகச் செய்ய.

நிகழ்காலம் என்பதே நிஜம்

‘நிகழ்காலம் என்பதே நிஜம்' என்ற எல்லோருக்கும் தெரிந்த உண்மையை மிகுந்த விலை கொடுத்துக் கற்றுக்கொண்டவன் நான்.

2009ஆம் ஆண்டில் உடல்நலம் குன்றிப் பெரும் அறுவை சிகிச்சைக்கு ஆளாகித் தீவிர சிகிச்சைப் பிரிவில் இருந்தபோது கடந்த காலம், நிகழ் காலம், எதிர் காலம் என்ற மூன்று தளங்களிலும் மனம் சுழன்றது. ஒத்திவைத்த செயல்களெல்லாம் உரத்துக் கூவின. எனக்குள் நான் ஓசையின்றி அழுதேன். அதுவரை முன்னுரிமை பெற்ற பல விஷயங்கள் முக்கியமானவை அல்ல என்பதுபோல் தோன்றியது. அக்கறை காட்டாமல் இருந்தவற்றின் அவசரத் தேவை அழுத்தியது. குடும்பம் சார்ந்த சில அவசர முன்னுரிமைகளோடு 25 ஆண்டுகள் நான் இந்தியாவின் பல பகுதிகளிலும் பயணித்துத் தேடித்தேடி எடுத்த இந்தியவியல் ஆய்வுக் குறிப்புகளெல்லாம் நூல் வடிவம் பெறாமல் எனது குறிப்பேடுகளிலும் கணிப்பொறியிலும் குவிந்துகிடப்பதை நினைத்துக் குமுறினேன்.

தமிழக-கேரள எல்லைப் பகுதிகளில் வழங்கும் பல்வேறு ஊர்ப் பெயர்கள், மத்தியப் பிரதேசம் போன்ற பல வடமாநிலங்களில் குறிப்பாகத் திராவிடப் பழங்குடி மக்கள் வசிக்கும் பகுதிகளில் இன்றும் ஊர்ப் பெயர்களாகப் பயன்படுத்தப்படுவதைக் கண்டறிந்து 1997-ல் ஓர் ஆய்வுக் கட்டுரையை ஆங்கிலத்தில் எழுதி வெளியிட்ட போது அதற்கு முறையான நூல் வடிவம் தரவேண்டும் என்று எனது மனைவியும், நெருங்கிய நண்பர்களும் வலியுறுத்தினார்கள். ஆனால், நான் பல்வேறு பல்கலைக்கழகங்களிலும், இந்திய ஊர்ப்பெயர் ஆய்வுச் சங்க மாநாடுகளிலும் அவ்வப்போது ஆய்வுரை நிகழ்த்துவது ஆய்விதழ்களில் கட்டுரைகள் எழுதுவதோடு சரி; தனியாக நூல் எதுவும் எழுதவில்லை.

சிந்துவெளி நாகரிகம் நலிந்து வீழ்ச்சியடைந்த பின்னர் அங்கிருந்த மக்கள் புலம்பெயர்ந்து சென்ற தடங்களின் தடயங்களை ஊர்ப் பெயர்களின் உதவியோடு மீட்டெடுக்க முடியும் என்ற நம்பிக்கையோடு எனது கணிப்பொறியில் பதிவு செய்துவைத்துள்ள இலட்சக்கணக்கான ஊர்ப் பெயர்களை ஆய்வு செய்துவந்தேன். பத்து ஆண்டுகளுக்கு

முன் ஓர் நள்ளிரவில் மொகஞ்சதாரோ, ஹரப்பா உள்ளிட்ட வடமேற்கு நிலப்பகுதிகளில் கொற்கை, வஞ்சி, தொண்டி போன்ற சங்க இலக்கிய ஊர்ப் பெயர்கள் இன்றும் பயன்படுத்தப்படுவதைக் கண்டறிந்ததும் மகிழ்ச்சியால் துள்ளிக் குதித்தேன். என்ன செய்வதென்று தெரியாமல் ஆழ்ந்த உறக்கத்திலிருந்த எனது மனைவியைத் தட்டியெழுப்பித் தகவல் சொன்னேன். அவ்வளவுதான். அதற்குப் பின் 2010ல் கோவைச் செம்மொழி மாநாட்டில் சிந்துவெளி ஆய்வறிஞர்கள் அண்கோ பர்போலா, ஐராவதம் மகாதேவன் முன்னிலையில் இச்செய்தியை நான் வெளியிட்டபோது இந்தத் தரவுகளை வைத்துக்கொண்டு இத்தனை நாள் என்ன செய்துகொண்டிருந்தீர்கள்?' என்று பர்போலா கேட்டார். எனது நாட்டில் 23 மாநிலங்களில் தேர்தல் நடத்திக் கொண்டிருந்தேன்' என்று விளக்கினேன். ஆனாலும், எனக்கே அது சரியான விளக்கம் என்று படவில்லை.

படிக்கத் தவறிய படிப்பு: பிடிக்கத் தவறிய ரயில்; விண்ணப்பிக்கத் தவறிய வேலை; சந்தித்திருக்கக் கூடாத மனிதர்கள்; பேசியிருக்கக் கூடாத பேச்சு என்று எத்தனை விதமான கழிவிரக்கம். தங்களது நிகழ்காலச் செயல்களுக்கும் செயலின்மைக்கும் பொறுப்பேற்கும் திறனற்றவர்கள் ஒதுங்கி ஒடுங்கும் திண்ணைதான் கடந்தகாலம் என்பது. அதுபோலவே எதிர்காலம் பற்றிய முன்னெச்சரிக்கை தேவைதான். ஆனால், அதுவே ஒரு வியாதியாகி விடவும் வாய்ப்பிருக்கிறது.

ஜெப்ரி பெபர், ராபர்ட் ஐ. சுட்டன் (Jeffrey Pfeffer and Robert I. Sutton) ஆகிய இரு மேலாண்மை வல்லுனர்கள் 'அறிவதற்கும் செய்வதற்கும் உள்ள இடைவெளி (The Knowing-Ding Gap) என்ற தலைப்பில் நூல் ஒன்றை எழுதியுள்ளனர். புத்திசாலித்தனமான நிறுவனங்கள் எப்படி அறிவைச் செயலாக மாற்றி வெற்றி பெறுகின்றன என்பதை இந்த நூலில் விரிவாக விளக்கியுள்ளனர்.

என்ன செய்யவேண்டும் என்பது பொதுவாக எல்லோருக்கும் புரிந்துதான் இருக்கிறது. ஆனால், சிலருக்குத்தான் செய்யத்' தெரிந்திருக்கிறது. அறிதலுக்கும் செய்தலுக்கும் உள்ள இடைவெளியின் புரிதல்தான் வெற்றியிலிருந்து வெறும்பேச்சை வேறுபடுத்துகிறது.

உடற்பயிற்சியின் தேவை பற்றி விலாவாரியாகத் தெரிந்து வைத்திருப்பதென்பது வேறு. தவறாமல் உடற்பயிற்சி செய்வதென்பது வேறு. செய்யாத பயிற்சிக்கு, சிந்தாத வியர்வைக்கு எடை எப்படிக் குறையும்?

ஒத்திப்போடுவதென்பது முன்கூட்டியே ஒப்புக்கொள்ளப்பட்ட தோல்வி. தாமதிக்கப்படுகிற செயல்களின் 'விலை' ஏறிக் கொண்டே போகிறது.

இன்றே செய்வது என்பது ஓர் இன்றியமையாத் தேவை. இது வேறு யாருக்கும் புரிகிறதோ, இல்லையோ எனக்குப் புரிகிறது.

'இன்று'
தொடங்காத எதுவும்
"நாளை ஈடேறுவதில்லை.

நிகழ்வுகள் எல்லாம்
நிகழ்கிற காலம்
நிகழ்காலம்
அதனால் அது
நிஜமான காலம்.

கடந்த காலம் என்பது
கரைந்த காலம்;
அது
இறந்த காலம்
அதை
எழுப்ப முடியாது.

எதுவும்
நிகழாத காலம்
காலாவதியாகும்.
கணக்கில் வராமல்
காணாமல் போகும்.

தஞ்சைப் பெரிய கோயிலுக்கும்
தாஜ்மஹாலுக்கும்
அடிக்கல் நாட்டிய
அந்த
'நிகழ்கால நொடிகளைக்
கொஞ்சம் நினைத்துப்
பாருங்கள்.

இடையில் வந்த
எத்தனையோ நூற்றாண்டுகள்
"இறந்து போய் விட்டன.
ஆனால் அந்த
நிகழ் கால நொடிகள் மட்டுமே
இன்னும் சுவாசிக்கின்றன.

நன்று செய்வதென்பதன்
நடைமுறைச் சூத்திரம்
இன்றே செய்வதில்
இருக்கிறது.

நேரமின்மையும்
நேரத்தின் உண்மையும்

நேரத்தின் உண்மையைப் புரிந்துகொண்டவர்கள் நேரமின்மையைப் பற்றிப் பேசுவதில்லை. எனக்குத் தெரிந்த ஒருவர் எப்போதும் பிசியாகவே இருப்பார். இதற்கு நேரமில்லை, அதற்கு நேரமில்லை என்று அடிக்கடி புலம்பிக்கொண்டே இருப்பார். அவருக்கு இழுவை ஜவ்வுமிட்டாய்' என்றெல்லாம் பட்டப் பெயர் இருப்பது அவருக்குத் தெரியுமோ தெரியாதோ. வீணடிப்பதற்கு நிறைய நேரம் இருந்தால் மட்டுமே அவர் அறைக்குச் செல்லலாம். மூன்று வரியில் சொல்ல வேண்டிய விஷயத்திற்கு முப்பது நிமிடம் செலவிடுவார்.

காலத்தின் அருமை பலருக்குப் புரிவதில்லை. அழைப்பிதழில் குறிப்பிட்டிருந்தபடி சரியான நேரத்திற்குப் போய் நின்றால் அரங்கம் அனாதையாய்க் கிடக்கிறது. மேடை அலங்காரமே இன்னும் மிச்சமிருக்கிறது. குறித்த நேரத்தில் வந்து சேர்ந்தவனை ஏற்பாட்டாளர்களே ஏற இறங்கப் பார்க்கிறார்கள். ஆறு மணி என்று போட்டால்தான் ஏழு மணிக்காவது வருவார்கள் என்பது அவர்களின் நியாயம். இது அழைக்கப்பட்டவர்களுக்கும் தெரிந்திருக்கிறது என்பதுதான் அநியாயம். அண்மையில் ஒரு திருமண வரவேற்பிற்குச் சென்றிருந்தேன். வந்தவர்கள் எல்லாம் பரிசுப் பொருட்களோடு வரிசையில் நிற்கையில், மணப்பெண் இன்னும் மண்டபத்திற்கு வந்து சேரவில்லை.

இன்னொரு நிகழ்ச்சியில், பார்வையாளர் வரிசையில் இருந்து கொண்டு ஒருவர். அவர் வந்துவிட்டார். இவர் வந்துவிட்டார்' என்று நேர்முக வர்ணனைபோல யாரிடமோ செல்போனில் சொல்லிக் கொண்டிருந்தார். இப்போது கிளம்பி வரலாம் என்று இறுதியாக சிக்னலும் கொடுத்தார். விசாரித்ததில் அவர் சிறப்பு விருந்தினர் ஒருவரின் உதவியாளர் என்பதும், மற்ற எல்லோரும் வந்துவிட்டார்கள் என்பதை உறுதிசெய்துகொண்டு கடைசியாக வருவதென்பது அந்தச் சிறப்பு விருந்தினர் கடைப்பிடித்து வரும் நடைமுறைக் கொள்கை' என்பதும் தெரியவந்தது.

உண்மையில் திட்டமிடப்பட்ட தாமதம் என்பது தீண்டத்தகாத கேவலம்.

செவ்வனே
பயன்படுத்தப்பட்ட நேரம்
செலவு செய்யப்படுவதில்லை
'வரவு வைக்கப்படுகிறது
வருங்காலத்திற்கான
வைப்பு நிதியில்.

அது
முன்னேற்றத்திற்கான
மூலதனம்;
முன் பதிவு.
அதன்
வட்டியை
முதலோடு
வருங்காலம் தரும்.

உழைப்பாளிகளின் நேரம்
விரிந்து கொண்டே போகிறது
அவர்கள்
செய்ய விரும்பிய
வேலைகளைச்
செய்து முடிக்க...

சோம்பேறிகளின் நேரம்
சுருங்கிக் கொண்டே போகிறது.
அவர்கள்
விழித்திருப்பதற்கும்
தூங்குவதற்கும்
வித்தியாசம் இல்லாததால்...

கடிகாரங்கள்
வருவதற்கு முன்பே
உழைப்பாளிகள்
உழைத்துக் கொண்டுதான்
இருந்தார்கள்

ஆயினும் பலர்
கடிகாரத்தைக்
கையில் கட்டிக்கொண்டு
இன்னும்
தூங்கிக் கொண்டுதான்
இருக்கிறார்கள்.

ஆதலினால்
சீக்கிரம் எழுந்து
சேவல்களை எழுப்புங்கள்.

நேரம் தவறுதல்
என்பதுகூட
ஒரு வகையில்
நேர்மை தவறுதல்தான்.

தாமத வருகையைத்
தகுதியாக்கிக் கொண்டவர்கள்
தாழ்த்திக் கொள்வது
தங்களைத் தான்.

நேரம் தவறாமை
என்பது
காத்திருப்பவர்களுக்கு
காட்டும்
கரிசனம் அல்ல
சுய ஒழுக்கம்.

தவறிக் கூட யாரும்
தழுவக் கூடாத மதம்
தாமதம்.

வேகத் தடைகள்

அண்மையில் ஒரு சுவாரஸ்யமான தொலைக்காட்சி நிகழ்ச்சியொன்றை எதேச்சையாகப் பார்க்க நேர்ந்தது. பிறந்தநாளை வைத்தே எதிர்காலம் முழுவதையும் கணிக்கிற நிபுணர் ஒருவர் யாரோ ஒருவருக்கு ஆலோசனை வழங்கிக்கொண்டிருந்தார். தனது மகனின் எதிர்காலம் எப்படியிருக்கும் என்பதைத் தெரிந்துகொள்வதற்காக அந்த மனிதர் வந்திருந்தார். அவர் அருகே அவரது மகன். அந்தச்சிறுவனுக்கு மிஞ்சிப்போனால் ஆறேழு வயதிருக்கும். அவன் என்ன படிப்பான், என்ன வேலைக்குப் போவான் என்றெல்லாம் கேட்டுத் தெரிந்துகொண்ட அந்தத் தந்தை அவனது திருமணம்! பற்றியும் விசாரித்தார். அப்போதுதான் நிபுணர் குண்டைத் தாக்கிப்போட்டார். அந்தப் பையனின் திருமணவிஷயத்தில் மிகவும் எச்சரிக்கையாக இருக்கவேண்டும் என்ற அவர், அவனுக்கு இரண்டு முறை திருமணம் நடக்க வாய்ப்பிருக்கிறது என்றும் எச்சரித்தார். அவனது திருமணம் சம்பந்தமாகவே அவர் பலவகையான கணிப்புகளை சிலநிமிடங்கள் அடுத்தடுத்து அடுக்கினார். எதுவும் புரியாத அந்தச் சிறுவன் பரிதாபமாக முழித்துக்கொண்டிருந்தான். சொந்தக்காசில் சூனியம் வைத்துக்கொண்ட தந்தையின் முகத்திலும் கொஞ்சம் சோகம் படர்ந்தது. நொந்து போன நான் வேறு நிகழ்ச்சிக்குத் தாவினேன்.

120 கோடி மக்கள்தொகை கொண்ட இந்தியா ஒரு மிகப்பெரிய சந்தை என்பது சொல்லித்தெரிய வேண்டியதில்லை. ஆனால், இங்கே எதை வேண்டுமென்றாலும், எங்கேயும், எப்போதும் ஏராளமானவர்களுக்கு விற்கமுடிகிறது என்பதுதான் வியப்பாக இருக்கிறது.

அச்சமும் அறியாமையும் தான் மூடநம்பிக்கைகள் எல்லாவற்றிற்கும் ஆணிவேர்கள். ஒருவர் செய்வதைப் போலவே எல்லோரும் செய்யும்போது சடங்குகள் தோன்றி சாகாவரம் பெறுகின்றன. சில ஆண்டுகளுக்கு முன் நான் குடும்பத்தோடு காஷ்மீர் சென்றிருந்தபோது தலைநகர் ஸ்ரீநகரில் ஒரு குன்றின் உச்சியிலுள்ள கோயிலுக்குச் சென்றோம். கோயிலருகே ஒரு மரத்தடியில் அமர்ந்திருந்தோம். அது ஒரு மேப்பிள் (Maple) மரம். அம்மரத்தின் அழகிய இலைகளை ஓவியமாக வரைந்தால் நன்றாக இருக்கும் என்று சொல்லிக்கொண்டிருந்தார் எனது மனைவி. எனது பாதுகாப்பிற்கு

வந்திருந்த காவல்படையினரில் உடனே ஒருவர், ஆறடிக்குமேல் வளர்ந்தவர் நின்றபடியே சில இலைகளைப் பறித்துக்கொடுத்தார். தூரத்திலிருந்து இதைப் பார்த்துக்கொண்டிருந்த ஒருவர் என்ன நினைத்தாரோ தெரியவில்லை. அவரும் சில இலைகளைப் பறித்துத் தனது குடும்பத்தினரிடம் கொடுத்தார். அதைத் தொடர்ந்து பலரும் கூடி இலைகளைப் பறிக்கத் தொடங்கினர். “போலீஸ்காரர் ஒருவர் ஆர்வக்கோளாறில் இலையைப் பறித்துவிட்டார் மற்ற படி அந்த இலைகளில் விசேஷம் எதுவுமில்லை” என்ற விஷயத்தை அவர்களிடம் சொல்லிப்பார்த்தோம். பயனில்லை. சிறிது நேரத்தில் அங்கிருந்த ஒருவர் அந்தக் கோயில்மரத்து மேப்பிள் இலைகளின் புனிதத்தன்மை பற்றி இன்னொருவரிடம் பேசிக்கொண்டிருந்தார். சுற்றுலா வந்த இடத்தில் ஒரு புதிய சடங்கிற்கு விதை தூவிவிட்டோமோ என்ற சங்கடத்தோடு இறங்கி வந்தோம்.

மூடநம்பிக்கைகளுக்கு எந்த நாடும் விதிவிலக்கல்ல. சில பயங்கள், நம்பிக்கைகள் உலகளாவியவை. எடுத்துக்காட்டாக, 13 ஆம் எண் பற்றிய பயம் 13 ஆம் எண் அபாயமானது, அதிர்ஷ்டமற்றது என்று பரவலாக நம்பப்படுகிறது. பெரிய நட்சத்திர விடுதிகளில் பதின்மூன்றாம் தளம், அறை எண் 13 போன்றவை தவிர்க்கப்படுகின்றன. அதனால் 12 ஆம் தளத்திற்கு அடுத்த தளம் 14 ஆம் தளம்தான். 13 ஆம் எண் பற்றிய இந்த பயத்திற்கு “ட்ரிஸ்கைடெகாஃபோபியா (triskaidekaphobia) என்று தனியாக பெயரே வைத்திருக்கிறார்கள்.

பத்து விரல்களில் எட்டு விரல்களை மோதிர விரல்களாய் முன்னேற்றியிருந்த ஒருவரிடம் கொஞ்ச நேரம் பேசிக் கொண்டிருந்தேன். ஒவ்வொரு மோதிரத்திற்கும் அவர் வைத்திருந்த விளக்கங்களைக் கேட்டுப் பயந்துபோய் மோதிர விரலில் மட்டுமே போட்டிருந்த மோதிரத்தையும் கழற்றிவிட்டேன்.

அண்மையில், இந்தியாவிற்கு வாஸ்து சரியில்லை’ என்பதால்தான் ஏராளமான இடையூறுகள், இன்னல்கள், எல்லைப் பிரச்சினைகள் என்று வாஸ்து நிபுணர் ஒருவர் வாயைத் திறந்திருக்கிறார். நாட்டை நகர்த்தச் சொல்லிவிடுவாரோ என்று நடுக்கமாய் இருக்கிறது.

‘நான் அதிர்ஷ்டத்தில் அசையாத நம்பிக்கை உள்ளவன்; நான் அதிகமாக உழைக்க, உழைக்க எனது அதிர்ஷ்டம் அதிகமாகிக் கொண்டே போகிறது’ என்றார் தாமஸ் ஜெபர்ஸன். புதையல் தேடி அலைபவர்கள் எல்லாம் புரிந்துகொள்ள வேண்டிய வரிகள் இவை.

நல்ல பொழுதையெல்லாம் தூங்கிக் கெடுத்தவர்கள் நாட்டைக் கெடுத்ததுடன் தானும் கெட்டார்’ என்ற பட்டுக்கோட்டை கல்யாண சுந்தரத்தின் பாட்டை நினைவில் வைத்துக் கொள்வது நாட்டுக்கும் நல்லது; நமக்கும் நல்லது.

சிலருக்கு
'நேரம் போதாதது' பிரச்சினை.
ஆனால்
'நேரம் போதவில்லை' என்று
புலம்ப மட்டும்
அவர்களுக்கு
நேரம் இருக்கிறது.

சிலருக்கு
'போதாத நேரம் பிரச்சினை.

இவர்கள்
பள்ளி சொல்லாத
பலனை
பல்லி சொல்லும் என்று
நம்புபவர்கள்.
இவர்கள்
புறப்படும் திசையைப்
பூனைகள் தீர்மானிக்கும்.
இவர்களின்
கை விரல்கள் செய்யாத

சாதனையை
கல் வைத்த மோதிரம்
"சாதிக்கும்'
இவர்களின் சாலைகள்
முழுவதும் சகுனத்தடைகள்...
அதனால்
பாதையில் பாதி
வேகத்தடைகள்.

உறுமீன் வரும்
வரையில்...

சில ஆண்டுகளுக்கு முன்னால் எனது நண்பர் ஒருவர் மிகுந்த கவலையோடு என்னைச் சந்தித்தார். அந்த நண்பருக்கு ஒரே மகன். மிக நன்றாகப் படிப்பான். பொறியியல் படித்த அவன் படிக்கும்போதே ஒரு பெரிய மென்பொருள் நிறுவனத்தில் பணியில் சேரத் தேர்ந்தெடுக்கப்பட்டிருந்தான். அப்போது மென்பொருள் துறையில் கொஞ்சம் தேக்க நிலை இருந்ததால் ஆள் சேர்ப்பில் சுணக்கம் நிலவியது. அதனால் எனது நண்பரின் மகனுக்கு முறைப்படி பணி நியமன அழைப்பு வந்து சேர்வதில் தாமதமாகிவந்தது. இந்தத் தாமதத்தை அவனால் தாங்க முடியவில்லை என்றும், எப்போதும் புலம்பிக்கொண்டு மனச்சோர்வுடன் வீட்டிலேயே அடைந்து கிடக்கிறான் என்றும் எனது நண்பர் மிகவும் வருந்திச் சொன்னார். ஒருமுறை அவரது வீட்டிற்கு வந்து அவரது மகனிடம் சிறிது நேரம் பேசி உற்சாகம் ஊட்டவேண்டும் என்றும் என்னிடம் கேட்டுக்கொண்டார்.

நானும் ஒருநாள் மாலை அவரது வீட்டிற்குச் சென்றேன். அவரது மகனிடம் இயல்பாகப் பேசிக்கொண்டிருந்தேன். அவனது சக நண்பர்கள் பலருக்கும் நியமன அழைப்பு வந்துவிட்டதாகவும் அவனுக்கும் இன்னும் சிலருக்கும்தான் அழைப்பு வரவில்லை என்றும் வருத்தத்துடன் சொன்னான். ஏற்கனவே அழைப்பு வந்துவிட்டவர்களில் பலர் அவனைவிடக் குறைவாக மதிப்பெண் பெற்றவர்கள் என்றும் சொன்னான். நியமன அழைப்பு முன்னால் வந்ததா - பின்னால் வந்ததா என்பதை அளவுகோலாக வைத்து எடைபோடப்படுவதில்லை வாழ்க்கை என்பதை அவனுக்குப் புரிய வைக்க முயற்சி செய்தேன். அவசர அவசரமாக வேலைக்குச் சேராமல் மேலும் படித்து அவன் தனது தகுதிறனை வளர்த்துக்கொள்ளலாமே என்றும் கேட்டேன். வள்ளுவரில் தொடங்கி எனக்குத் தெரிந்த சிலரின் வாழ்க்கை வரை மேற்கோள் காட்டினேன். எனது சொந்தக் கதையையும் சொன்னேன்.

வீடு திரும்பும்போது எனக்குள் பலத்த யோசனைகள். சாலையில் பார்த்த மனிதர்கள் அனைவரும் முன்னெப்போதையும் விட மிக வேகமாக ஓடிக்கொண்டிருப்பதாகத் தோன்றியது. யாரும் நடப்பதாகத் தெரியவில்லை.

சில மாதங்கள் கழித்து எனது நண்பரின் மகனுக்கு நியமன அழைப்பு வந்தது. இதற்கிடையில் அவனை உற்சாகப்படுத்துவதற்காக எனது நண்பர் தனது குடும்பத்துடன் ஹிமாச்சலப் பிரதேசத்தில் உள்ள குலுமணாலி, சிம்லா போன்ற இடங்களுக்குச் சுற்றுலா போய்வந்திருந்தார்.

போட்டிகள் மிகுந்த புதிய பொருளாதாரச் சூழலின் ஒரு பெரிய பின்விளைவு, காத்திருக்கும் பொறுமை காணாமல் போனதுதான். "பிளேஸ்மெண்ட் சுயம்வரம், கல்லூரியில் நடக்கும் கல்யாண மாலை. படிக்கும்போதே வேலை வந்து மாலை போடவேண்டும். துரித உணவு, எழுத்துப் பிழைகளை இயல்பாக்கிக் கொண்ட குறுந்தகவல்கள், காதில் ஒட்டிக் கொண்ட கைபேசிகள் என்று அவசர கதியில் இயங்கும் உலகம் கையிலே காசு வாயிலே தோசை என்ற அணுகுமுறையில்தான் செயல்படுகிறது.

காத்திருக்கும் திறன் காணாமல் போனதற்கு, இளைஞர்கள் மட்டும் காரணமில்லை. பெற்றோர்களும் காரணம், குழந்தைகளைக் குழந்தைகளாய்ப் பார்க்காமல் தங்களது சுய பெருமைக்கான வீட்டு அலமாரி வெற்றிக் கோப்பைகளாய்ப் பார்ப்பதால் இளைஞர்களின் பதட்டம் பல மடங்கு அதிகரிக்கிறது. பிள்ளைகள் தேர்வுக்குப் படிக்கும்போது அவர்களைவிடவும் அதிகமாகப் பதட்டமாகிப் பரிதவிக்கும் தாய், தந்தையர்கள் தங்களின் போக்கை மாற்றிக் கொள்ள வேண்டும். அவர்களின் பதட்டத்தின் எதிர்மறை விளைவுகளை அவர்கள் எண்ணிப் பார்க்கவேண்டும்.

பொறுமையின்மையின் தனி மனித, குடும்ப மற்றும் சமூக பக்கவிளைவுகள் ஏராளம். காத்திருக்கும் பொறுமையற்ற மனநிலை, விருப்பமற்ற கல்வி, விருப்பமற்ற துறையில் வேலை, அதனால் நேரும் சலிப்புணர்வு மற்றும் அயர்ச்சிக்கு அடித்தளமாகிறது. எனக்குத் தெரிந்த பலர், சட்டையை மாற்றுவதைப் போல வேலையையும். நிறுவனங்களையும் மாற்றிக்கொண்டிருக்கிறார்கள். முப்பத்தைந்து, நாற்பது வயதிலேயே ஓய்வு பெறுவதைப் பற்றி யோசிக்கத் தொடங்கிவிட்டவர்களையும் நான் சந்திக்கிறேன்.

குடும்ப உறவுகளில் விட்டுக்கொடுத்தல் குறைந்து வருவதற்கும், சமூக நிலையில் பொருளாதாரக் குற்றங்கள் மற்றும் ஊழல்கள் மலிந்து வருவதற்கும்கூட இத்தகைய மனநிலையே காரணமாகிறது என்று கருத இடமுண்டு.

காத்திருக்கப் பழகுங்கள்

ஓடும் மீன் ஓட
உறு மீன்
வரும் வரையில்
காத்திருக்கும் கொக்கின்
கருத்தைக் கவனியுங்கள்.

காத்திருக்கத்
தெரிந்தவர்களுக்காகக்
காத்துக் கிடக்கிறது
காலம்.

காத்திருப்பது என்பது
அதிர்ஷ்டம் வந்து
ஆரத்தி எடுக்கும்
என்று
அயர்ந்திருப்பதல்ல.
ஊன்றிய விதை
முளைக்கும் என்ற
உறுதியான நம்பிக்கையோடு
விழித்திருப்பது.

தன்னம்பிக்கை
உள்ளவர்களால் மட்டுமே
தாங்க முடிகிறது
சின்னப் பரிசுகளுக்கான
சில்லரைத் தூண்டுதல்களை.

கண்டதற்கெல்லாம்
கை நீட்டுபவர்கள்
தங்களைத் தாங்களே
தள்ளுபடியில்
விற்கிறார்கள்.

அவர்கள்
அவசர அவசரமாய்
ஈட்டிய
மண் குடங்களைவிட
பொறுமையின்மையால்
இழந்த
மணி மகுடங்களே
ஏராளம்.

சிகரம் நோக்கி
நடப்பவர்கள்
சிதறு தேங்காய்களுக்காக
ஓடுவதில்லை.

பெரிய வெற்றிக்கான
தவம்
பேராசை அல்ல.

சில்லரை வெற்றிகளைவிடச்
சிறப்பானது
மகத்தான தோல்வி.

வேட்கை

நம் மனத்தில் விளையும் வேட்கையே நம்மைச் செயல்படத் தூண்டுகிறது. சிற்பியின் விரல் ஏந்தும் உளியில், ஓவியத் தூரிகையின் உயிர் விளிம்பில் வேட்கையே விசையாகி வேலை பார்க்கிறது.

"புதிதாக ஒரு திரைப்படத்தை இயக்க வேண்டும் என்ற உந்துதலை எனக்குள் ஒவ்வொரு நாளும் நான் உணர்கிறேன். புதுப் புது எண்ணங்கள் திட்டங்கள் எனக்குள் முளைக்கின்றன. இவற்றையெல்லாம் எப்போது செயல்படுத்தப் போகிறேன் என்று பார்ப்போம்." அண்மையில், இப்படிச் சொல்லி இருப்பவர் ஒரு இளைய தலைமுறை இயக்குநர் அல்ல, 94 வயதான மிருனாள் சென்.

சத்ய ஜித்ரே. ரித்விக் கடக் போன்ற தலைசிறந்த இயக்குநர்களின் வரிசையில் வைத்துப் போற்றப்படுபவர் மிருனாள் சென். உலகின் பார்வையில் இந்தியத் திரைப்படங்களின் தரத்தை உயர்த்திய மிகச்சிலரில் ஒருவர்.

1951ல் தனது முதல் படத்தை இயக்கிய மிருனாள் சென்னின் இந்த 50 ஆண்டு கால கலைப்பயணத்தில் இன்று வரை களைப்பு எதுவும் தோன்றவில்லையே ஏன்? இந்த இயக்குநரை இயக்கும் விசை எது?

15.03.2012 என்ற தேதியை கிரிக்கெட் ரசிகர்கள் ஒருபோதும் மறக்கமாட்டார்கள். சர்வதேச கிரிக்கெட் ஆட்டத்தில் 100 முறை 100 ரன்களைக் குவித்தவர் என்ற பெருமை சச்சின் டெண்டுல்கருக்குக் கிட்டிய நாள் அது. கிரிக்கெட்டின் கடவுள் என்று அழைக்கப்படுமளவுக்குத் தனது முத்திரையைப் பதித்தவர் அவர், அவரது 99ஆவது சதத்திற்கும் 100ஆவது சதத்திற்கும் இடையில் இரண்டு முறை 90க்கு மேல் ரன் குவித்தும் 100வது 0 என்ற இலக்கு எட்டாக் கனியாகவே இருந்தது. சச்சின் செல்லுமிடமெல்லாம் 'அந்த 100ஆவது 100தான் பேசப்பட்டதே தவிர, அவரது 99 சதங்கள் பேசப்படவில்லை. இன்னும் சொல்லப்போனால் சச்சினுக்கும் அதற்கு அடுத்த இடத்திலுள்ள 71 சதம் அடித்த ரிக்கி பாண்டிங்கிற்கும் இடையிலான சாதனை இடைவெளி சாமானியமானதல்ல, இந்த

சாதனையை அடைந்த பின்னால் வெற்றிக் களிப்பை விலக்கிவைத்துவிட்டு தன்னால் ஒரு புதிய அத்தியாயத்தைத் தொடங்க முடியும் என்று ஏதோ நேற்றுத்தான் கிரிக்கெட் விளையாட வந்தவர் போலப் பேசியிருப்பது கிரிக்கெட் விளையாட்டின் மீது அவருக்குள்ள தணியாத காதலையே காட்டுகிறது.

இங்கிலாந்தில் உலகக் கோப்பைக் கிரிக்கெட் போட்டியின் நடுவில் தந்தை இறந்த செய்தி கேட்டுத் தாயகம் திரும்பிய சச்சின் டெண்டுல்கர் இறுதிச் சடங்குகளை முடித்த கையோடு இங்கிலாந்திற்குத் திரும்பி கென்யாவிற்கு எதிரான ஆட்டத்தில் 101 பந்துகளில் 140 ரன்களை அதிரடியாகக் குவித்து, அந்தச் சதத்தை தன் தந்தையின் நினைவிற்குக் காணிக்கை என்று அறிவித்தபோது உணர்ச்சிவசப்பட்டது கிரிக்கெட் உலகம். இந்தச் சாதனையைச் சாத்தியமாக்கியது வேட்கை இல்லாமல் வேறென்ன ?

சிலர் மிகக் குறைந்த வயதிலேயே வாழ்க்கையில் அலுப்புத் தட்டி, எதிலும் ஈடுபாடில்லாமல் ஏனோ தானோ என்று வாழ்கின்றனர். அதே நேரத்தில் பணியில் இருந்து ஓய்வு பெற்ற பின்னாலும் புதிய ஈடுபாடுகளை வளர்த்துக் கொண்டு ஆர்வம் குன்றாமல் வாழ்பவர்களும் உள்ளனர்.

முதல் வகையினர் வாழ யோசிப்பவர்கள். இரண்டாம் வகையினர் வாழ்வை நேசிப்பவர்கள். நேசிப்பவர்களிடமே நெருக்கம் காட்டுகிறது வாழ்க்கை.

வேட்கை இல்லை
என்றால்
வேட்டை இல்லை.
தேவை இல்லை
என்றால்
தேடுதல் இல்லை.

விளைந்து கிடந்தது
காடும் மலைகளும்.
வேண்டி அடைந்தது
நாடும் நகரமும்.

"இன்ஃபோசிஸ் போன்ற
இமயச் சாதனைகள்
முப்பாட்டன் எழுதிய
மொய்ப் பணமா?
அல்லது
வாரிசுரிமையாய்
வந்த வரவா?

நாராயண மூர்த்தி
என்ற
நடுத்தர வர்க்கத்து
இளைஞனின் கையில்
வெள்ளியும் தங்கமும்
இல்லை.
வேட்கை இருந்தது.
காசு இல்லை.
கனவு இருந்தது

வெறும்
பத்தாயிரம் ரூபாய்
மூலதனத்தில்
ஒரு
புத்தம் புதிய
உலகம் பிறந்தது.

ஊர்கள்
சுமக்கின்றன
சில
ஒட்டு மொத்தக் கனவுகளை.

சிவகாசி என்ற
மேகம் தீண்டாத ஊரைத்
தாகம் தீண்டியது.
இதோ,
வானம் பார்த்த பூமியின்
வானம் பார்க்கிறது பூமி,

திருப்பூரைத்
தேடி
உடுத்திக் கொள்கின்றன
தேசங்கள்.

நெல்லையில்
இனிப்பு விற்கும்
ஒரு
'இருட்டுக்' கடை மீது
எத்தனை வெளிச்சம்?

வேட்கை இல்லாத
மனம்
வெறுமையின் களம்.
ஈடுபாடின்மை
இறப்புக்குச் சமம்.

மனக் கோட்டை
கட்டாதவர்கள்
சொந்தமாய்
மண் வீட்டைக் கூடக்
கட்டியதில்லை.

வசதி வட்டம்

சிலர் தங்களது குழந்தைகளைப் பொத்திப் பொத்தி வளர்ப்பதாகப் பெருமைப்பட்டுக் கொள்கிறார்கள். இதில் பெருமைப்படுவதற்கு எதுவும் இல்லை.

எனக்குத் தெரிந்த வசதியான குடும்பம் ஒன்றில் தங்களது ஒரே மகனைத் தாங்கித் தாங்கி வளர்த்தார்கள். அவன் கேட்டதையெல்லாம் கொடுப்பதுடன் கேட்காததையும் கொடுப்பது அவர்களின் பழக்கம். எங்களின் ஒரே செல்வம் அவன்தானே, எல்லாம் அவனுக்குத்தானே என்றெல்லாம் விளக்கம் கொடுத்து வந்தார்கள். கடந்த சில ஆண்டுகளாக அந்தக் குடும்பம் வாய் திறந்தாலே தங்களது செல்வ மகன் பற்றிய புலம்பல்தான். மூன்று வருடம் படித்த படிப்பு பிடிக்கவில்லை என்று கடைசி வருடத்தில் கல்லூரிக்குப் போகாமலேயே படிப்பை நிறுத்திவிட்டான். எந்த நேரமும் யாருடனாவது சுற்றிக் கொண்டிருப்பது, இரவினில் ஆட்டம், பகலினில் துக்கம். சமீபத்தில் அந்தக் குடும்பத் தலைவர் தனது மகனைப் பற்றிக் குறிப்பிடும்போது 'சுமை' என்று பொருள்தரும் Liability என்ற ஆங்கிலச் சொல்லைப் பயன்படுத்தினார். 'சொத்து' எப்போது 'சுமை'யானது என்று அதிர்ச்சியாகவும் ஆச்சரியமாகவும் இருந்தது

ஒருவன் தனது செல்வத்திற்கே நோயாய், சுமையாய் மாறும் சாத்தியத்தை 'ஏதம் பெருஞ்செல்வம்' என்று வள்ளுவர் குறிப்பது நினைவுக்கு வந்தது. ஒருவகையில் அவர்களின் வசதிதான் அவர்களின் பிரச்சினையும்கூட பட்டறிவு இல்லாமல் வளர்வதைப் போன்ற பரிதாபம் வேறொன்றுமில்லை.

மும்பையிலுள்ள கட்டுமான நிறுவனம் ஒன்றின் அதிபர் அசோக் காடே அவரது நிறுவனம் ஆண்டுக்கு 550 கோடி ரூபாய் வரவு செலவு செய்கிறது; 1500 பேர் அந்நிறுவனத்தில் வேலை செய்கிறார்கள். ஓர் ஆங்கில வார இதழுக்கு (அவுட் லுக், மே 2, 2011) பேட்டியளித்திருந்தார். வாழ்வின் கடைக்கோடி நிலையிலிருந்து மிக உயரத்திற்கு வளர்ந்துள்ள அவர், அந்த நேர்காணலில் தனது கடந்த காலத்தை நினைவுகூர்ந்தார்.

"பி.எம்.டபிள்யூ காரில் எனது சொந்த ஊரைக் கடந்து செல்கிறபோதெல்லாம் உணர்ச்சிவசப்பட்டு அழுதுவிடுவேன். அங்குள்ள ஒரு பெரிய மரத்தருகே நான் காரை நிறுத்தச் சொல்லும் போதெல்லாம் எனக்கு ஏதோ ஆகி விட்டது என்று எனது டிரைவர் நினைத்துக் கொள்வார். ஏனென்றால், ஒவ்வொரு முறையும் நான் காரிலிருந்து இறங்கி அந்த மரத்தடியில் கொஞ்சம் இளைப்பாறுவேன். அந்த மரத்தைக் கட்டிப் பிடிப்பேன்; அந்த மரத்துடன் பேசுவேன்".

சொந்த ஊருக்கு வரும் போதெல்லாம் அசோக் காடே இப்படி ஏன் உணர்ச்சிவசப்பட்டு அழவேண்டும். அவருக்கும் அந்த மரத்திற்கும் அப்படி என்னதான் தொடர்பு?

மகாராஷ்டிர மாநிலம் சாங்லி மாவட்டத்திலுள்ள பேட் என்ற கிராமத்திலுள்ள அந்த மரத்தின் கீழ்தான், அசோக் காடேயின் தந்தை செருப்புத் தைத்துப் பிழைப்பு நடத்தினார். தீண்டாமைக் கொடுமைக்கு ஆளான அசோக் காடே, மஜகானிலுள்ள துறைமுகத்தில் பகலெல்லாம் கூலி வேலை பார்த்து, இரவில் படித்து, பொறியியல் டிப்ளமோ தேர்ச்சி பெற்று முட்டி மோதிச் சொந்தமாகத் தொழில் தொடங்கி, இன்று பெரும் கோடீஸ்வரராய் உயர்ந்திருக்கிறார். காயங்கள் ஆறினாலும் வடுக்கள் மறைவதில்லையே. எப்படிப்பட்ட தொடக்கம். எப்படிப்பட்ட பாதை. எப்பேர்ப்பட்ட சாதனை. அவர் நினைத்துப் பார்த்து நெகிழ்ந்து போவதில் வியப்பென்ன இருக்கிறது?

சென்னையைச் சேர்ந்தவர் சரத்குமார். அவரது தாய், இட்லி சுட்டு விற்றுச் சம்பாதித்த பணத்தில் பிட்ஸ் பிலானியில் பி.டெக்கும், அகமதாபாத்திலுள்ள இந்திய மேலாண்மை நிறுவனத்தில் எம்.பி.ஏ.யும் படித்து தேர்ச்சிபெற்றார். அவர் பன்னாட்டு நிறுவனங்களில் பணியாற்ற வாய்ப்புக் கிடைத்தும் போகவில்லை. மாறாக, அவரது தாய் இட்லி சுட்டு விற்ற கடின உழைப்பைக் கருத்தில் கொண்டு, அதன் நினைவாக புட் கிங்' என்ற உணவு நிறுவனத்தை நிறுவி, தற்போது பெரிய அளவில் வியாபாரம் செய்கிறார்.

அசோக் காடேயையும் சரத்குமாரையும் வாழ்க்கை என்ன சிவப்புக் கம்பளம் விரித்தா வரவேற்றது? இவை போராடிப் பெற்ற வெற்றிகள் அல்லவா?

'எல்லாரும் ஓர் நிறை, எல்லாரும் ஓர் விலை எல்லாரும் இந்நாட்டு மன்னர்' என்பது பாரதச் சமுதாயம் பற்றிய மகாகவி பாரதியின் மகத்தான மதிப்பீடு. எனினும், இது இலக்கியக் கனவாகவும் எதிர்பார்ப்பாகவும்தான் இன்னும் இருக்கிறது என்பதே உண்மை.

'பிறப்பொக்கும் எல்லா உயிர்க்கும்' என்ற மெய்யுணர்வை மீறிய சாதிய அடிப்படையிலான வேறுபாடுகளும், அவ்வேறுபாடுகளின் சமூகப் பொருளாதார அரசியல் விளைவுகளும் இந்தியாவின் கடந்தகால வரலாற்றின் நோக்குகளையும் போக்குகளையும் வரையறை செய்தன. சுதந்திர இந்தியாவின் அரசியல் சாசனமும் கடந்த அரை நூற்றாண்டு காலச் சமூகப் பொருளாதார வளர்ச்சியும் குறிப்பிடத்தக்க மாற்றங்களை விளைவித்திருக்கின்றன. என்றாலும், ஏற்றத்தாழ்வுகள் மலிந்ததாகவே இன்னும் இருக்கிறது இந்தியச் சமூகம்.

உலகப் பணக்காரர்கள் பட்டியலில் முதல் பத்து இடங்களில் மூவர் இந்தியர். அதே நேரத்தில் அடிப்படை வசதிகளின் அடையாளம் தெரியாத பழங்குடிக் காடுகளில் பரவும் வன்முறை என்ற இருதுருவப் பயணத்தில் இயங்குகிறது இந்தியப் பொருளியல். ஆனாலும் இந்த ஏற்றத் தாழ்வுகளால் விதியை வியர்வையால் வெல்லும் தனிமனித முயற்சிகளைத் தடுக்கவோ தளர்த்தவோ இயலாது.

சிலர் எளிதாக முன்னேறிவிடுகிறார்கன், பலர் போராடி முன்னேற வேண்டியுள்ளது. அதனால் என்ன? போராடிப் பெறும் வெற்றியில் கிடைக்கும் மகிழ்ச்சி எளிதாகக் கிடைத்த செல்வத்தில் கிடைப்பதில்லை.

வசதிவட்டத்திற்குள் சிக்கிக்கொள்ளாதவர்கள்தான் வளர்ந்து கொண்டே இருக்கிறார்கள்.

பலர்
'வசதி வட்டத்திற்குள்'
வாழப் பழகிவிடுகிறார்கள்.

அந்த
'வசதி' வட்டம்
ஒரு வகையில்
ஆற்றலை மழுங்க வைக்கும்
அசதி வட்டம் தான்.

அந்த வட்டத்திற்கு
வெளியே ஒரு
வானம் இருப்பது
அவர்களுக்குத்
தெரியவே தெரியாது.

அவர்கள்
பறக்கும்
போதுகூட
ஒரு
தாம்புக்கயிறு
தரையில் இருக்கும்.

தன்னைச் சுற்றித்
தானே எழுப்பும்
தடுப்பு வேலி
பாதுகாப்பா?

இல்லை
சுய மறுப்பா?

போன பாதைகளில்
மட்டும்
போகும் கால்கள்
புதுப் பாதைகள்
போடுவதில்லை.

அறியாதவை குறித்த
அச்சத்தால்
நாம்
தீண்டத் தவறும்
திசைகள் கோடி.

கிணற்றுத் தவளைகளுக்கென்று
ஒரு
கணக்கு வழக்கு.
உழக்குக்குள் ஏது
கிழக்கு மேற்கு?

செக்கு மாடு கூட
செருக்கோடு நடக்கிறது.
வட்டத்திற்குள் நடப்பது
வசதியாக இருக்கிறதாம்.
எதிரில்
வண்டிகள் வாகனம்
வருவதில்லையாம்.
எதிர்பாராத விபத்திற்கு
வாய்ப்பே இல்லையாம்!

வசதி வட்டத்தின்
மையத்தில் சுருங்கவில்லை
வாழ்வின் பொருள்.
அதன்
விளிம்பில் இருக்கிறது
விரிந்தபடி.

கூடுதல் மைலில்
கூட்டமே இல்லை

எனக்குத் தெரிந்த ஒருவர் கணக்குப் பார்த்து வேலை பார்ப்பதில் மிகவும் கண்டிப்பானவர். எல்லா வகையிலும் கறார் பேர்வழி. ஒரு முறை, டிசம்பர் மாத இறுதியில் அவர் தொடர்ந்து ஐந்தாறு நாட்கள் அலுவலகத்திற்கு வராததால், ஒரு வேளை, உடம்பிற்கு எதுவும் சரியில்லையோ அல்லது வேறு எதுவும் பிரச்சினையோ என்று எண்ணி அவர் வீட்டிற்குச் சென்றேன். ஜம்மென்று உட்கார்ந்து காலை ஆட்டிக் கொண்டு தொலைக்காட்சியைப் பார்த்துக் கொண்டிருந்தார். என்ன சார்?' என்று விசாரித்தபோது, அந்த வருடம் எடுக்கக் கூடிய தற்செயல் விடுப்பில் ஆறு நாட்கள் மீதியிருந்ததாகவும் அதை எடுத்துக் கழிப்பதாகவும் சொன்னார். நியாயமாகப் பார்த்தால் இதில் தவறு ஏதும் இல்லை. ஏனெனில், அவர் வேலை நாட்களில் தாமதமாகவும் வருவதில்லை, முன்கூட்டியும் கிளம்புவதில்லை. ஆயினும், இப்படிக் கணக்குப் பார்த்து வேலை செய்யும் அவரது இந்த அணுகுமுறை 'கூடுதல் மைல்' நடப்போரின் குணாதியசமும் இல்லை.

2009-ல் நான் உடல்நலம் குன்றி சிகிச்சை பெற்ற போது கூடுதல் மைல் கொண்டுவந்த வினை' என்று என்பால் அன்புகொண்ட நண்பர்களும் உறவினர்களும் சொன்னார்கள். நானும் அதுபற்றி யோசித்தேன். பணிக்கும் வாழ்க்கைக்கும் இடையே ஒரு பக்குவமான சமன்பாட்டைக் கண்டறிந்து கடைப்பிடிக்க வேண்டும் என்பதை ஒப்புக் கொண்டேன். எனினும், கூடுதல் மைல்.' பற்றிய எனது நிலைப்பாட்டில் இப்போதும் எந்த மாற்றமுமில்லை. ஏனெனில், கடந்து வந்த பாதையைத் திரும்பிப் பார்க்கையில் நினைவுக்கு வருபவை கணக்குப் பார்த்து நடந்த ஆண்டுகளும், மாதங்களும், வாரங்களும், நாட்களும், நிமிடங்களும் இல்லை; கூடுதல் மைல். நடந்த கணங்களே.

இங்கே எனக்கு ஒரு சம்பவம் நினைவுக்கு வருகிறது. 2008ஆம் ஆண்டு, ஒடிஸாவில் வரலாறு காணாத வெள்ளம். அப்போது, மாநிலப் பேரிடர் மேலாண்மை ஆணையராகப் பணியாற்றி வந்தேன். அதிகாலை முதல், நள்ளிரவு வரை கட்டுப்பாட்டு அறையிலேயே கிடந்த நாட்கள் அவை. ஒரு நாள் இரவு சுமார் 11.30 மணியளவில் எனது அலுவலகப் பணியாளர்கள் பரபரப்படைந்ததைப் பார்த்து

நிமிர்கையில், எனது இருக்கைக்கு முன்னால் மாநில அரசின் தலைமைச் செயலாளர் நின்று கொண்டிருந்தார். வியப்புடன் எழுந்து வணக்கம் சொன்னேன். முன்னிருக்கையில் அமர்ந்திருந்தவரிடம், நிவாரணப்பணிகள் பற்றிய அந்த நிமிடம் வரையிலான விவரங்களைச் சொல்ல முயன்றபோது, 'அந்த விவரம் எல்லாம் இப்போது வேண்டாம், என்றவர், எனது உதவியாளரை அழைத்து, வீட்டிலிருந்து எப்போதோ வந்திருந்த இரவு உணவைப் பரிமாற வைத்தார். சாப்பிடு' என்றவர், நான் சாப்பிட்டு முடிக்கும் வரை காத்திருந்தார். நான் வெள்ள நிவாரணம் குறித்து மீண்டும் விளக்கத் தொடங்கியதும், 'உன்னைச் சாப்பிட வைப்பதற்காக மட்டுமே நான் வந்தேன்' என்று சொல்லிவிட்டு எழுந்து சென்றார். வியப்பாக இருந்தது.

மறு நாள் இரவும் அதே போல சுமார் 11.30 க்கு அவர் வந்து நின்று சாப்பிடச் சொன்னபோதுதான் எனக்கு உறைத்தது. நான் தர்ம சங்கடத்தோடு எழுந்து நின்றேன். இரவு உணவு பரிமாறப்பட்டது. 'இரவு நேரத்தில் உனது அலுவலகத்தில் என்னைப் பார்க்க விரும்பவில்லை என்றால் நேரத்திற்குச் சாப்பிடு' என்று சொல்லிச் சென்றார். அடுத்த நாள் முதல் நேரத்தில் சாப்பிட்டேன். அவரும் வரவில்லை.

நிவாரணப் பணிகள் எல்லாம் முடிந்த பிறகு தலைமைச் செயலரைப் பார்க்கச் சென்றேன். என்னைச் சாப்பிட வைப்பதற்காக இரவில் தலைமைச் செயலகத்திற்கு வந்த அவரது அன்பிற்கு நன்றி சொன்னேன்.

"கூடுதல் மைல் நடப்பவன் நீ. 'உனக்காக நான் இரண்டு நாள் கூடுதலாய்க் கொஞ்சம் நடக்கக் கூடாதா' என்றார்.

தனக்குக்கீழ் பணியாற்றுபவர்களை அரவணைத்து, அன்பு காட்டி வேலை வாங்குவதென்பது தலைமைப் பண்புகளில் ஒன்றாகும். அத்தகைய அணுகுமுறையின் அவசியத்தை அன்று நான் கற்றுக்கொண்டேன்.

எனக்காவது இயற்கைப் பேரிடரின் பின்னணியின் கூடுதல் நேரம் பணியாற்றுவதென்பது இன்றியமையாத தேவை, கடமையும்கூட. ஆனால் நான் சாப்பிட்டேனா, இல்லையா என்பது பற்றிக் கவலைப்பட வேண்டிய தேவை தலைமைச் செயலருக்கு இல்லை, உண்மையில், அவர் நடந்ததுதான் கூடுதல் மைல்.

‘கூடுதல் மைல்’
என்றொரு
கோட்பாடு உண்டு.
அது
வென்றவர்களுக்கெல்லாம்
விளங்கியிருக்கும்
வெற்றி ரகசியம்.

‘கூடுதல் மைல்’ என்பது
கூலிக்கு மாரடித்தல் என்ற
கொள்கைக்கு மாறான கொள்கை.

கொடுத்த காசுக்கு
நடப்பவர்கள் எல்லாம்
உரிய தூரம் நடந்ததும்
ஓய்வெடுக்கப் போய்விடுவதால்
கூடுதல் மைலில்
கூட்டமே இல்லை.

எதிர்பார்ப்பிற்கும் அதிகமாய்
உழைப்பவர்களை
எதிர்கொண்டு வரவேற்கிறது
ஏற்றம்,

நிறுத்துப் பார்த்து
வேலை செய்பவர்களை
நிற்கும் இடத்தில் வைத்தே
நிறுத்துப் பார்க்கிற உலகம்,
கூடுதல் மைல் நடப்பவர்களைத்தான்
கோபுரத்தில் வைத்துக்
கொண்டாடுகிறது.

கூடுதல் மைல்களில்தான்
வீரிய விதைகள்
வெளிச்சத்திற்கு வருகின்றன.
கனவு மெய்ப்படுத்தும்
காரியச் சித்தர்கள்
கண்டெடுக்கப்படுகிறார்கள்.

'காலண்டர் மனிதர்'களையும்
'கடிகாரக் கூலிகளையும்
இங்கே
காணமுடியாது.

கூடுதல் மைல் என்பது
உண்மையில்
கோடு கிழித்து
அடையாளம் காட்டப்படும்
எல்லைக் கல் அல்ல.
எதிர்பார்ப்புகளைக் கடந்து
செயலாற்றும் மனிதர்கள்
இயல்பாகச் செல்லும்
வெற்றிக் களம்.

ஏற்றத் தாழ்வுகள்

10.5.2011 தேதியிட்ட தமிழ் நாளிதழ்களைப் படிக்கவே பரவசமாக இருந்தது. +2 தேர்வில் மாநில அளவில், மாவட்ட அளவில் சாதனை படைத்த மாணவியர்களின் மாணவர்களின் புகைப்படங்களும், அவர்களைப் பற்றிய குறிப்புகளும் பக்கம் பக்கமாய் வெளியாகியிருந்தன. இவர்களில் வேதனையைச் சாதனையாக மாற்றி வெற்றிகண்டவர்கள் பலர்.

‘கனவு மெய்ப்படும் என்பது கவிதையல்ல; கண்முன் நடக்கும் நடைமுறை.’

சென்னை மடுவங்கரை மாநகராட்சி மேல்நிலைப் பள்ளி மாணவர் பிரேம்குமார் 1200க்கு 1174 மதிப்பெண்கள் பெற்று மாநகராட்சிப் பள்ளிகளிலேயே முதலிடம் பிடித்துள்ளார். மூன்று பாடங்களில் 200க்கு 200. இவரது தந்தை இறந்துவிட்டார். இவரது விதவைத் தாய் மீன் மார்க்கெட்டில் மீன் விற்று இவரைப் படிக்க வைத்தார். “எப்போதாவது அம்மாவைப் பார்க்க மார்க்கெட் பக்கம் செல்வேன். அப்போதெல்லாம் மீன்களை விற்க அவர் படும் பாட்டைக் கண்டு மிகவும் வருத்தமாக இருக்கும். மீன்களை விற்க அவர் கூவிச் சத்தம் போடும்போது, நாம் படித்து நல்ல நிலைக்கு வந்தால் மட்டுமே அம்மாவுக்கு மகிழ்ச்சியைத் தர முடியும் என நினைப்பேன்” என்று கூறியுள்ள பிரேம்குமார் நினைத்ததை நடத்திக் காட்டியிருக்கிறார். எதிர்காலத்தில் ஐ.ஏ.எஸ். அதிகாரியாவது இவரின் விருப்பம்.

தாவரவியல் பாடத்தில் 200க்கு 200 மதிப்பெண்கள் பெற்று மாநிலத்தில் 3வது இடத்தைப் பெற்றுள்ள விருதுநகர் மாவட்டம் சாத்தூரைச் சேர்ந்த எஸ். மாலதி குடும்பத்தின் வறுமை காரணமாகத் தீப்பெட்டி தொழிற்சாலையில் கூலி வேலை செய்தபடி இந்தச் சாதனையைப் புரிந்திருக்கிறார். நர்ஸிங் பாடத்தில் மாநிலத்திலேயே முதலிடம் பெற்றுள்ள பழனி அரசுப் பெண்கள் மேனிலைப் பள்ளி மாணவி இருளாயி, விடுமுறை நாட்களில் செங்கற்சூளையில் வேலை செய்தும், தனியார் நூற்பாலையில் வேலை செய்தும் தனது படிப்பைத் தொடர்ந்திருக்கிறார்.

ஐந்தாம் வகுப்பு வரையே படித்த ஏழை விவசாயியின் மகள் சேரிப்பாளையம் ஜீவா நந்தினி 1143 மதிப்பெண் பெற்று சாதனை படைத்துள்ளார். ஓர் ஆயுள் தண்டனைச் சிறைக் கைதியின்

மகனான அபினேஷ் 1176 மதிப்பெண்கள் பெற்று கன்னியாகுமரி மாவட்டத்திலேயே இரண்டாம் இடத்தைப் பிடித்துள்ளார். திருவள்ளூர் மாவட்டத்தில் ஒரு தொண்டு நிறுவனம் ஆதரவற்ற ஏழை எளிய மாணவ-மாணவியருக்காக நடத்தும் மகாகவி பாரதியார் மேல்நிலைப் பள்ளியில் பயின்ற 99 பேரும் தேர்ச்சி பெற்றுள்ளனர். அவர்களில் பெற்றோர் யாரென்றே அறியாத ஆதரவற்ற மாணவி ஜி. தேன்மொழி முதலிடம் பெற்று முத்திரை பதித்திருக்கிறார்.

அடிப்படை வசதிகளுக்கே போராட வேண்டிய வாழ்க்கைச் சூழ்நிலை ஏழை, எளிய மாணவர்களின் முனை மழுங்காத முனைப்பிற்கும், ஊக்கம் தளராத உழைப்பிற்கும் வித்தாகிறது. இதன் காரண, காரியமான உளவியல் அடிப்படையை உணர்ந்துகொள்ள வேண்டிய தேவை எல்லாத் தரப்பு இளைஞர்களுக்கும் உள்ளது.

வறுமை கொடுமையானதுதான். ஆனால் கேவலமானதல்ல. வறுமையைவிடக் கொடுமையானது நம்பிக்கை வறட்சி.

ஆம்.
ஏற்றத் தாழ்வுகளோடுதான்
இயங்குகிறது
வாழ்வின் யதார்த்தம்.

சிலருக்கு
வரும் போதே
வாழ்க்கைப் பயணம்
குளிர்சாதன வசதியோடு
முன்பதிவு
செய்யப்பட்டிருக்கிறது.

சிலருக்குப்
பயணச்சீட்டே இல்லை.

சிலரைச்
சுமந்து செல்லத்
தோள்கள் காத்திருக்கின்றன.

சிலரது தோள்களுக்கு
சுமைகள் காத்திருக்கின்றன.

அதனால் என்ன?
உண்மையில்
'இலவச இணைப்பு என்று
எதுவும் இல்லை,
வாழ்க்கையில்.

இனாமாகக் கிடைக்கிற
எல்லாவற்றிற்கும்
எங்கோ ஒரு இடத்தில்
ஏதோ ஒரு வகையில்
ஒளிந்திருக்கிறது
ஒரு விலை.

யாரோ சொன்னார்கள்.
“எலிப் பொறிகளில்தான்
கிட்டும்
இலவசச் சாப்பாடு.”

பார்வையை விரித்துப்
பாருங்கள்
வாழ்வின்
பெரிய சித்திரத்தை.

இங்கே,
தோல்விகளின்
புதை குழிகளில்
எழுந்த
வெற்றிக்
கோபுரங்களும் உண்டு

சின்னச் சறுக்கலில்
சிதைந்து போன
செல்வக்
குவியல்களும் உண்டு

கண்ட மிச்சம் என்ன?
என்று
காலையும் மாலையும்
கணக்குப் பார்க்க
வணிகக் கணக்கல்ல
வாழ்க்கைக் கணக்கு.

பிடித்ததைச்
செய்பவன்தான்
பெரிய செல்வந்தன்.

பொற்கூண்டுக் கிளிகளுக்கும்
புரிந்துதான் இருக்கிறது
ஒப்பனையில்லாத வானம்
எவ்வளவு
உயர்ந்ததென்று.

ஊக்கம் எனும் உரம்

பள்ளிப் பருவத்திலிருந்து இன்றுவரை திறனறிந்து ஊக்கம் என்னும் உரம் ஊட்டும் உள்ளம் கொண்ட உயர்ந்த மனிதர்களே என்னை வளர்த்திருக்கிறார்கள்.

நான் ஒன்பதாம் வகுப்பில் படிக்கும்போது தமிழக அரசின் கால்நடை வளர்ப்புத் துறை சார்பில் மதுரை தமுக்கம் மைதான அரங்கில் அனைத்துப் பள்ளிகளுக்கான பேச்சுப் போட்டியொன்று நடந்தது. அப்போது ஏதோ ஒரு காரணத்திற்காக எங்கள் பள்ளிக்கு விடுமுறையென்பதால் இந்தப் பேச்சுப் போட்டி பற்றிய விவரம் எனக்குத் தெரியவில்லை. இப்போட்டி பற்றி தகவல் அறிந்த எனது தமிழாசிரியர் புலவர் திரு. மு.சோமநாதன் எனது வீட்டு முகவரியைக் கண்டுபிடித்து, ஓர் ஆளை அனுப்பி என்னை அவசரமாக வரவழைத்தார். இருவரும் தமுக்கம் மைதானத்திற்கு மிதிவண்டியில் சென்றோம். போகிற வழியிலேயே ‘வாங்கற் குடம் நிறைக்கும் வள்ளற் பெரும் பசுக்கள்’ என்ற தலைப்பில் நான் என்னவெல்லாம் பேசலாம் என்று சொல்லிக் கொண்டே வந்தார்.

நாங்கள் அரங்கை அடைந்தபோது, பேச்சுப் போட்டி நிறைவடையும் தருவாயில் இருந்தது. கடைசிப் போட்டியாளர் பேசிக்கொண்டிருந்தார். நாங்கள் ஏற்பாட்டாளர்களைச் சந்தித்து பள்ளி விடுமுறையென்பதால் தகவல் தெரியத் தாமதமாகிவிட்டது என்பதை விளக்கி அறிமுகக் கடிதத்தைக் கொடுத்தோம். அப்போது பேச்சுப் போட்டி கிட்டத்தட்ட முடிவடைந்து மேடையிலிருந்த நடுவர்கள் மூவரும் பரிசு பெறுபவர்களை முடிவுசெய்யும் ஆலோசனையைத் தொடங்கியிருந்தார்கள். கடைசி நிமிடத்தில் பெயரைச் சேர்த்துக் கடைசிப் போட்டியாளராக நான் பேசுவதற்கு மேடையேறும்போது புலவர் சோமநாதன் என்னிடம் விரைந்து வந்து, “நடுவர்களெல்லாம் தங்களுக்குள் பேசிக் கொண்டிருக்கிறார்கள். அவர்களின் கவனத்தைத் திருப்ப, நீ உன் முன்னாலிருக்கும் ஒலிபெருக்கிக் கருவியைக் கொஞ்சம் இழுத்து நகர்த்தி வை. அவர்களின் கவனம் திரும்பி உன் பேச்சைக் கேட்கத் தொடங்கிவிட்டால் உனக்குத்தான் முதல் பரிசு” என்றார்.

நானும் அவர் சொன்னபடியே ஒலிபெருக்கிக் கருவியைத் தூக்கி நகர்த்தி வைத்தேன். அந்த ஓசையில், அதுவரை தங்களுக்குள்

பேசிக்கொண்டிருந்த நடுவர்கள் என்னைத் திரும்பிப் பார்த்தனர். நான் பேசத் தொடங்கினேன். நடுவர்களின் முழுக் கவனமும் என்மீது. கடைசியில் வந்து பேசிய எனக்குக் கிடைத்தது முதல் பரிசு.

புலவர் சோமநாதன் மதுரை அமெரிக்கன் கல்லூரி உயர் நிலைப் பள்ளியில் எனக்குத் தமிழறிவித்த ஆசான். மேடைப் பேச்சின் அடிப்படை இலக்கணத்தை எனக்குக் கற்றுக் கொடுத்தவர்; என்னைப் பேச வைத்து அழகு பார்த்தவர். நான் வாங்கிக் குவித்த வெற்றிக் கோப்பைகளுக்கெல்லாம், அவரே விதைமுதல்.

2008ஆம் ஆண்டு. தில்லி தமிழ்ச் சங்க நிர்வாகி ஒருவர் என்னைத் தொலைபேசியில் தொடர்பு கொண்டு தமிழ்ச் சங்கப் பட்டிமன்ற நிகழ்ச்சியொன்றிற்குத் தலைமை தாங்க வேண்டுமென்று கேட்டுக்கொண்டார். நடுவர் மற்றும் பேச்சாளர்கள் யார் யார், தலைப்பு என்ன என்று விவரம் கேட்டேன். “நடுவர் உங்கள் ஊர்தான். ஓய்வுபெற்ற தமிழாசிரியர் புலவர் மு. சோமநாதன்” என்றார். பெரும் மகிழ்ச்சியோடு சம்மதித்தேன். அவர் நடுவராய் அமரும் பட்டிமன்ற நிகழ்ச்சிக்கு நான் தலைமை தாங்கப் போகிறேன் என்பது வியப்பாக இருந்தது. நேற்றுப் போல் இருக்கிறது. ஆனால் நெடுங்காலம் ஆகிவிட்டது. 10 ஆண்டுகள் போனது தெரியவில்லை.

அந்தப் பட்டிமன்ற நிகழ்ச்சி எங்கள் இருவரையுமே மலரும் நினைவுகளால் நெகிழ வைத்தது. ஒலிபெருக்கியை நகர்த்தி வைத்த கதையை அவரே மேடையில் நினைவு கூர்ந்தார். அவரை வீட்டிற்கு அழைத்துச் சென்றேன்.

அண்மையில் மதுரையில் நடந்த கம்பன் விழாவில் நான் உரையாற்றியபோது அந்நிகழ்ச்சிக்குப் புலவர் சோமநாதன் தனது துணைவியாருடன் வந்திருந்தார். மேடையேறி எனக்குப் பொன்னாடை போர்த்தி வாழ்த்தினார்.

அந்தத் தாயுள்ளத்தின் தமிழ்க் கொடைக்கு நான் காலமெல்லாம்

கடன்பட்டிருக்கிறேன்.

திறம் பாராட்டுதல்,
ஆக்கம் வளர்க்கும்
ஓர் அறச் செயல்.
ஒளிவு மறைவற்ற
உன்னதம்.

பயன் கருதாமல்
செய்கிற பாராட்டு
ஒரு
பண்பாட்டு நிலைக்களன்.
விளைகிற பயிருக்கு
வேகம் கூட்டும்
வீரிய உரம்.

காயம் கருதிக்
காலில் விழுபவர்கள்
கவிதையால் தொழுபவர்கள்
காரியவாதிகள்.
தன்னலக் கோழைகள்.

தன்னம்பிக்கை
உள்ளவர்களால் மட்டுமே
மற்றவர்களை
மனம் திறந்து
பாராட்ட முடிகிறது.
ஏனெனில்,
அடுத்தவர் வெற்றி
அவர்களை

அச்சுறுத்துவதில்லை.

“அறிவுடையோன் ஆறு
அரசும் செல்லும்”
என்பது
ஆரியப்படை கடந்த
பாண்டியன் நெடுஞ்செழியன்
அப்போதே அறிந்திருந்த
ஆளுமை ரகசியம்
ஆற்றல் போற்றும்
அரசியல் சாசனம்.

நல்லதை நல்லது என்று
பாராட்டுபவர்கள்
குறைந்து விட்டால்
நல்லவர்கள்
குறைந்து போவார்கள்.

உயரமும் துயரமும்

கடல் மட்டத்திலிருந்து 8000 அடி உயரம் செல்லும் வரை பெரும்பாலும் சிரமம் இருக்காது. அதையும் தாண்டிய உயரத்திற்குச் செல்லும்போதுதான் 'உயர்மட்ட வியாதி' (Altitude Sickness) எனப்படும் உடல்நலக் குறைவு உண்டாக வாய்ப்பிருக்கிறது. Acute Mountain Sickness (AMS), Hypobaropathy என்ற மாற்றுப் பெயர்களாலும் அறியப்படும் இந்த உயரத் துயரம் சில நேரம் உயிர்க்கொல்லியாகும் அபாயமும் உண்டு. இந்த வியாதி உடல்நலம் பற்றியது.

இதைப் போலவே வாழ்வில் உயர் பதவி, உயர் புகழ், மிகு செல்வம் என்று உச்ச நிலைகளைத் தொடுகிற பலருக்கும் ஒருவகையான உயர்மட்ட வியாதி ஒட்டிக் கொள்கிறது. எப்படிக் கடல் மட்டத்திலிருந்து மிக உயரத்திற்குப் போனதும் ஒருவகையான மூச்சுத் திணறல் ஏற்படுகிறதோ அதைப் போலவே வாழ்வில் உயர்நிலையை அடைந்தவர்களுக்கும் ஒரு தடுமாற்றம் ஏற்படுகிறது. அவர்களது வளர்ச்சியே அவர்களை வருத்துகிறது. சிலர் தலைகால் புரியாமல் நடந்து தடம் மாறிப் போவதும் உண்டு. அரசியல் துறை, கலைத் துறை, தொழில் துறை, கல்வித் துறை, வணிகத் துறை, ஆன்மிகத் துறை என்று எல்லாத் துறைகளிலும் "உயரத்திலிருந்து' உருண்டு விழுந்தோர்கள் பலர் உண்டு.

'நிலை உயரும்போது பணிவு கொண்டால் உயிர்கள் உன்னை வணங்கும்' என்ற கண்ணதாசனின் பாடல் வரிகளை நினைவுகூர்தல் நலம்.

> **நிலையில் திரியாது அடங்கியான் தோற்றம்**
> **மலையினும் மாணப் பெரிது – (குறள் 124)**

என்ற வள்ளுவம் அடக்கமுடையோருக்கு வாசித்தளித்த வாழ்த்துப் பா

> **"அடக்கம் அமரருள் உய்க்கும் அடங்காமை**
> **ஆர்.இருள் உய்த்து விடும்'– (குறள் 121)**

என்பது தலைகால் புரியாதவர்களுக்கு எதிராய் எழுதி வைத்த தலையங்கம்.

உயரங்கள் பற்றிய
ஓர்
உண்மை இருக்கிறது.

உயரத்தை எட்டுவதை விட.
உயரத்தில் இருப்பதே கடினமானது.

ஏறுவதை விட
இறங்குவது எளிது.

சாதனைப் படிகளில்
ஏறுவதற்கு
பொறுமையும் உழைப்பும்
தேவைப்படுகிறது..

சறுக்கி விழுவதற்கு
பொறுப்பின்மை மட்டுமே
போதுமானதாய் இருக்கிறது.

உயரங்களில் இருந்து
உருண்டு விழாதிருக்க
ஓர்
உபாயம் இருக்கிறது.

உங்கள்
கை தொடும் உயரத்தைக்
கணக்கிடும் போது
உங்கள்
காலிருக்கும் இடத்தைக்
கொஞ்சம்
கருத்தில் கொள்ளுங்கள்.

வேர்களுக்கு நன்றி

ஆசிரியர் - மாணவர் உறவென்பது வகுப்பறையில் தொடங்கி வாசலில் முடிவதல்ல. அது நேரிலும், நினைப்பிலும் வாழ்க்கை முழுவதும் தொடர்வது. நல்லாசிரியர்கள், ஆசிரியர்களாய் 'வேலை' பார்ப்பதில்லை. ஆசிரியர்களாய் வாழ்கிறார்கள். கற்பித்தல் என்பது தொழில் நுட்பமில்லை. இயல்பு. அதனால்தான் கற்பதை கோடல் மரபு, அதாவது கற்றுக்கொள்கிற மரபு என்று சொன்ன நன்னூல் இலக்கண ஆசிரியர் கற்பித்தலை "ஈதல் இயல்பு, அதாவது சொல்லித்தருகிற இயல்பு, என்று கூறியுள்ளார். ஈதலை இயல்பாகக் கொண்ட தலைசிறந்த ஆசிரியர்கள் சிலரே என்னை நெறிப்படுத்தியவர்கள் நிலைநிறுத்தியவர்கள்.

தமிழக சட்டப்பேரவைத் தலைவராகவும் பின்னர்த் தமிழ் வளர்ச்சித் துறை அமைச்சராகவும் பதவி வகித்த நினைவில் வாழும் பேராசிரியர் மு.தமிழ்க்குடிமகனிடம், மதுரை யாதவர் கல்லூரியில் இளங்கலைத் தமிழ் இலக்கியம் பயின்றேன். அவர் போட்ட தமிழுரத்தில் வளர்ந்ததுதான் எனது தன்னம்பிக்கை.

நான் இளங்கலை முதலாமாண்டு படித்தது வேறொரு கல்லூரியில், சில கருத்து வேறுபாடுகளால் நான் அந்தக் கல்லூரியை விட்டு விலக நேரிட்டதால் இரண்டாம், மூன்றாமாண்டு படிப்பை யாதவர் கல்லூரியில் தொடர்ந்தேன். அடைக்கலம் கேட்டு வந்தவனுக்கு அரியாசனம் கொடுத்தவர் தமிழ்க்குடிமகன். அவர் என்னை நடத்திய விதமே தனி. எனக்கென்று சில சிறப்பு விதிகள். கல்லூரி நூலகத்தில் இருந்து நான் எத்தனை நூல்கள் வேண்டுமென்றாலும் எடுத்துச்சென்று படிக்கலாம். மதுரையில் உள்ள புத்தகக் கடைகளில் நான் படிக்க விரும்புகிற நூல்களையெல்லாம் கல்லூரி நூலகத்தின் கணக்கில் வாங்கிக் கொள்ளலாம். நான் விடுதியில் தங்கிப் படிக்கவில்லையென்றாலும் மதிய உணவு கல்லூரி விடுதியில்தான்.

விடுமுறை நாட்களில் படிப்பதற்காக ஒருமுறை நான் ஏகப்பட்ட நூல்களை நூலகத்திலிருந்து தேர்ந்தெடுத்துவிட்டேன். அவ்வளவு நூல்களையும் எப்படி எடுத்துச் செல்வது என்று யோசிக்கும் போது

நூலகர் திரு.முனியசாமியிடம் சொல்லி ஒரு ரிக்க்ஷா வண்டியில் அனைத்து நூல்களையும் எனது வீட்டிற்கு அனுப்பிவைக்க ஏற்பாடு செய்தார் தமிழ்க்குடிமகன். கல்லூரிக்குச் செல்ல பேருந்து நிறுத்தத்தில் காத்திருக்கும் என்னை தனது மோட்டார் சைக்கிளில் அழைத்துச் செல்வார். நான் பேச்சுப் போட்டிகளில் கோப்பைகளை வென்று வரும்போதெல்லாம் மிக மகிழ்ந்து கொண்டாடுவார். தனது குடும்பத்தில் ஒருவனாய் என்னை நடத்திய எனது அன்பிற்குரிய பேராசிரியர் தமிழ்க்குடிமகனின் தலைமையில்தான் 1986இல் திருவாரூரில் எனது திருமணம் நடந்தது.

பத்தாண்டுகளுக்கு முன்பு, நான் ஒடிஸாவில் சுற்றுலா மற்றும் பண்பாட்டுத்துறைச் செயலராகப் பணியாற்றியபோது அங்குள்ள பண்பாட்டுப் பல்கலைக்கழகத்தில் திருக்குறள் இருக்கை (Thirukkural chair) ஒன்றை ஏற்படுத்த விரும்பினோம். அப்போது பேராசிரியர் தமிழ்க்குடிமகன் தமிழகத்தின் தமிழ்வளர்ச்சித் துறை அமைச்சராக இருந்தார். திருக்குறள் இருக்கையை நிறுவ, தமிழக அரசு பத்து இலட்சம் ரூபாய் தர முன்வந்தது. அத்தொகைக்கான வரைவோலையை அவர் கைப்படவே ஒடிஸாவின் மேதகு ஆளுநராக இருந்த திரு. எம்.எம்.ராஜேந்திரன் அவர்களிடம் ஒப்படைக்க ஏற்பாடு செய்தோம். எனது ஆசிரியர் தமிழக அமைச்சர். நான் ஒடிஸாவில் துறைச் செயலர். அங்கே திருக்குறள் இருக்கை. அதற்கு நிதியாதாரம் தர அவரது பயணம். நினைக்கவே மகிழ்ச்சியாக இருந்தது. அரசு விருந்தினராக அறிவிக்கப்பட்ட தமிழ்க்குடிமகன் ஒடிஸாவின் மாநில முதல்வரை மரியாதை நிமித்தமாகச் சந்திக்கவும் ஏற்பாடு செய்திருந்தேன்.

பேராசிரியர் தமிழ்க்குடிமகனின் கூடவே இருந்து கோனார்க் சூரியன் கோவில், சிலிக்கா ஏரி போன்ற இடங்களைச் சுற்றிக் காட்ட விரும்பினேன். இதில் மற்ற பணிகள் எதுவும் குறுக்கிடக் கூடாதென்பதற்காக இரண்டு நாள் விடுமுறை கேட்டு விண்ணப்பித்தேன். இடையில், அலுவல் நிமித்தமாக மாநில முதல்வரைச் சந்தித்தபோது அவர் "எதற்கு இரண்டு நாள் விடுமுறை எடுக்கிறீர்கள்" என்று கேட்டார். "என்னை ஆளாக்கிய எனது பேராசிரியர் வருகிறார். அவரோடு இருந்து கவனித்துக் கொள்ளவேண்டும். கோனார்க் போன்ற இடங்களைச் சுற்றிக்காட்ட வேண்டும்" என்றேன்.

"விடுமுறை எல்லாம் கிடையாது" என்று சொன்ன அவர், மேலும் தொடர்ந்தார். "வருகிறவர் நமது அரசின் விருந்தினர். நீங்கள் சுற்றுலாத்துறைச் செயலர். அதிலும் மேலாக அவர் உங்கள் ஆசிரியர். அவருக்குத் கோனார்க்கைச் சுற்றிக் காட்ட விடுமுறை எதற்கு?

அவருடனேயே இருங்கள். ஆனால் விடுப்பில் அல்ல; பணியில்" என்றார் புன்னகையோடு. மகிழ்ந்தேன்.

மாநில முதல்வரும் எனது பேராசிரியரும் சந்தித்தபோது நானும் உடனிருந்தேன். எனது பழைய கதைபற்றி பேராசிரியர் தமிழ்க்குடிமகனும், எனது நடப்புப் பணி பற்றி முதல்வரும் தகவல் பரிமாறிச் சிரித்துப் பேசிக்கொண்டிருந்தார்கள். இருவருக்கும் இடையில் நான் நெளிந்தேன்.

திருப்பங்களில் எல்லாம்
கொஞ்சம்
திரும்பிப் பாருங்கள்.

வந்தடைந்திருக்கும்
முகவரியில்
வந்த தடங்களை
வாசியுங்கள்.

ஏணியாய் இருந்து
ஏற்றம் தந்தவர்களையும்
தோணியாய் சுமந்து
கரை சேர்த்தவர்களையும்
நினைவில் வைத்து
நிதமும் போற்றுங்கள்.

தொப்புள் கொடிகளின்
தொன்மங்களோடு கொஞ்சம்
தொடர்பு வைத்துக்கொள்ளுங்கள்.

மலர்களுக்கு
மாலை சூட்டுங்கள்...
கிளைகளுக்குத்
தோரணம் கட்டுங்கள்...
பரவாயில்லை.
வேர்களுக்கு வெறும்
நன்றியாவது
சொல்லுங்கள்.

நினைத்தது நடக்கிறது

சில நகரங்களில் சில நிகழ்வுகள் நாம் நினைத்தபடியே கொஞ்சமும் மாறாமல் நிகழும்போது, நமக்கே வியப்பாக இருக்கும். கொஞ்சம் விநோதமாகக் கூட இருக்கும்.

1984ஆம் ஆண்டு. மசூரியில், ஓர் அக்டோபர் மாதத்து இளங்குளிர் மாலை . பசுமைக்காடான மலைச்சாரலில் ஐ.ஏ.எஸ். பயிற்சி அகாடமியிலிருந்து லைப்ரரி பாயிண்ட் எனப்படும் இடத்திற்கு நடந்து செல்கிறேன். எனது எண்ணமெல்லாம் அன்று முற்பகல், சிந்துவெளி வரிவடிவம் பற்றி திரு. ஐராவதம் மகாதேவன் ஆற்றிய ஆய்வுரையைப் பற்றித்தான். அவர் 1954 முதல் 24 ஆண்டுகள் ஐ.ஏ.எஸ். அதிகாரியாகப் பணியாற்றி, விருப்ப ஓய்வு பெற்று. இந்தியன் எக்ஸ்பிரஸ் ஊடகக் குழுமத்தின் நிர்வாக இயக்குநராகப் பணியாற்றிக் கொண்டிருந்தார். ஓர் ஐ.ஏ.எஸ். அதிகாரி இவ்வளவு ஆழமான உலகத் தரம் வாய்ந்த ஆய்வு முயற்சியில் ஈடுபட்டிருப்பது எனக்கு வியப்பாக இருந்தது. அவர்மீது மிகுந்த பிரமிப்பை ஏற்படுத்தியது. அவரது சொற்பொழிவு முடிந்தவுடன் அவரைச் சந்தித்து உரையாடியதும் மகிழ்ச்சியாக இருந்தது.

எனக்குள் பேசிக் கொண்டேன். நான் ஓர் ஐ.ஏ.எஸ். அதிகாரியாகத் திறம்படப் பணியாற்றினால் எனது ஆட்சிப்பணி அனுபவங்களைப் பயிற்சி நிலை அதிகாரிகளுடன் பகிர்ந்துகொள்ள எதிர்காலத்தில் இந்த அகாடமிக்கு அழைக்கப்படலாம். அது ஒன்றும் பெரிய விஷயம் இல்லை. ஆனால், ஐராவதம் மகாதேவனைப் போல நானும் ஓர் ஆய்வாளனாய் வளர்வேனா? இதைப் போலவே என்னையும் ஒருநாள் இந்த ஐ.ஏ.எஸ். அகாடமி ஆய்வுரையாற்ற அழைக்குமா? அப்படி அழைத்தால் எப்படியிருக்கும் அந்த நினைப்பே எனக்குப் பிடித்திருந்தது.

காலம் என்னைக் கிழக்கிந்திய மாநிலமான ஒடிஸாவிற்குக் கொண்டு சென்றது. பழங்குடி மக்கள் நிறைந்த கோராபுட் மாவட்டத்தில் பணியாற்றும்போது, மானிடவியலில் ஆர்வம் பிறந்தது. அங்குள்ள திராவிட மொழிப் பழங்குடியினரின் வாழ்வியலை உன்னிப்பாகக் கவனித்தேன். சங்க இலக்கியத்தில் குறிஞ்சித் திணைப் பாடல்களில் நான் படித்த காட்சிப் படிமங்கள் என் கண் முன்னே நடைமுறையில் நிகழ்வதாய் எனக்குத் தோன்றியது. ‘தமிளி’ என்ற ஊரின் பெயரை மைல்கல்லில் படித்து, ஜீப்பிலிருந்து

இறங்கி அந்த ஊருக்குள் சென்றேன். ஊர்ப் பெயர் ஆய்வு என்ற விரிந்த ஆய்வுக் களத்திற்குள் நான் எடுத்து வைத்த முதல் அடி அது என்பது எனக்கு அப்போது தெரிந்திருக்கவில்லை.

அப்போதெல்லாம் கணிப்பொறிகளைக் கண்ணில் பார்ப்பதே அபூர்வம். பல்வேறு ஆவணங்களிலிருந்து ஊர்ப் பெயர்களைக் கைப்படத் தொகுத்து, அவற்றிலுள்ள திராவிடக் கூறுகளை ஆராய்ந்தேன் . 90களின் தொடக்கத்திலிருந்து கணிப்பொறிகளை ஆராய்ச்சிக்குப் பயன்படுத்தினேன்.

இடையில் ஒருமுறை ஐராவதம் மகாதேவனை சென்னையிலுள்ள அவரது வீட்டில் சந்தித்தபோது, வடமாநிலப் பழங்குடிப் பகுதிகளில் வழங்கும் ஊர்ப் பெயர்களில் காணப்படும் தமிழ்க் கூறுகள் பற்றிக் குறிப்பிட்டேன். மிகுந்த அக்கறையுடன் கேட்ட அவர், எனது ஊர்ப் பெயர் ஆய்வின் பரப்பு சிந்துசமவெளி நாகரிகப் பகுதிகளையும் உள்ளடக்கியதாக விரிவடைய வேண்டும் என்றார். சிந்து சமவெளி நாகரிகத்தின் திராவிடத் தொடர்பை நிறுவுவதற்கு ஊர்ப் பெயர் ஒப்புமைகள் உறுதுணை புரியக்கூடும் என்றும் குறிப்பிட்டார்.

நிதித் துறை, மாவட்ட நிர்வாகம், பேரிடர் மேலாண்மை, சுற்றுலா, பண்பாடு, தகவல்தொடர்பு, தேர்தல் மேலாண்மை என்று எனது ஆட்சிப் பணி பயணித்தது. துறைகள் மாறினாலும், இடங்கள் மாறினாலும் எனது ஆய்வுமுயற்சிகளை நான் ஒருபோதும் கைவிடவில்லை. இந்தியாவின் பல மாநிலங்களிலும் எனது களப்பணிகள் நிகழ்ந்தன. இந்தியாவிலுள்ள எல்லா ஊர்களின் பெயர்கள் மட்டுமின்றி, உலகின் எல்லாக் கண்டங்களிலும், எல்லா நாடுகளிலும் உள்ள ஊர்களின் பெயர்கள் இன்று எனது கணிப்பொறியில் ஆவணப் பதிவு செய்யப்பட்டுள்ளன. பல்வேறு ஆய்விதழ்களில் எனது ஆய்வுக் கட்டுரைகள் வெளியாகியுள்ளன.

2007-ல் நான் தில்லியில் தேர்தல் ஆணையத்தில் பணிபுரியும் போது, மசூரி ஐ.ஏ.எஸ். அகாடமி இயக்குநரிடமிருந்து ஒருநாள் எனக்குத் தொலைபேசி வந்தது. ஊர்ப் பெயர்களைத் தரவாகக் கொண்டு நான் செய்துவரும் இந்தியவியல் ஆராய்ச்சி பற்றிக் கேள்விப்பட்டதாகவும், அந்த ஆராய்ச்சி பற்றி பயிற்சி நிலையிலுள்ள

இளம் அதிகாரிகளுக்கு நான் சொற்பொழிவாற்ற வேண்டுமென்றும் கேட்டுக் கொண்டார்.

அகாடமியின் அழைப்பை ஏற்று 2007 அக்டோபர் மாதம் முதல் வாரத்தில் மசூரி சென்றேன். ஐ.ஏ.எஸ். ஐ.பி.எஸ். உள்ளிட்ட பல்துறை பணிகளுக்கும் தேர்ச்சி பெற்றிருந்த பயிற்சிநிலை அதிகாரிகளிடையே "The Journey of Names: The Latitudes and Longitudes of History" (பெயர்களின் பயணம்: வரலாற்றின் அட்ச ரேகைகளும் தீர்க்க ரேகைகளும்) என்ற தலைப்பில் சொற்பொழிவாற்றினேன். சிந்துவெளி நாகரிகம் வீழ்ச்சியடைந்த பின்னால் நிகழ்ந்த புலப்பெயர்வுகளை ஊர்ப் பெயர்களின் துணைகொண்டு மீட்டுருவாக்கம் செய்யமுடியும் என்ற எனது கருத்தை வலியுறுத்திச் சான்றுகளை வெளியிட்டேன். பயிற்சிநிலை அதிகாரிகள் பலரும் மிக ஆர்வத்துடன் கேட்டுப் பல்வேறு வினாக்களையும் எழுப்பினார்கள்.

அன்று மாலை மசூரியின் பசுமைக்காடான மலைச்சாலையில் லைப்ரரி பாயிண்ட்டை நோக்கி நடந்து சென்றேன். எனது நினைவுகள் பின்னோக்கிச் சென்றன. 23 ஆண்டுகளுக்கு முன்னால் 1984-ல் அதேபோன்ற ஒரு அக்டோபர் மாலையில் ஐராவதம் மகாதேவனின் சொற்பொழிவைக் கேட்டுவிட்டு என் மனத்திற்குள் பேசியதை மீண்டும் நினைத்துப் பார்த்தேன். நினைத்தது நடந்தது. என்ற நினைப்பே இனித்தது.

இந்தியவியல் ஆய்வில் எனது மதிப்பிற்குரிய வழிகாட்டி ஐராவதம் மகாதேவன்தான். அவருக்கு இப்போது வயது 82. இந்த வயதிலும் அவ்வப்போது நேரும் உடல்நலக் குறைவையும் பொருட்படுத்தாமல் அவர் ஆற்றும் ஆய்வுப் பணி ஓர் தவம் போன்றது. அத்தகைய தவநிலை எல்லோருக்கும் கைகூடாது.

அடுத்த தலைமுறை ஆய்வாளர்களை ஊக்கப்படுத்துவதில் அவருக்கு இணையில்லை. 2010-ல், கோவையில் நடைபெற்ற உலகத் தமிழ் செம்மொழி மாநாட்டில் நான் சிந்து சமவெளி நாகரிகம் பற்றிப் பேச வழியமைத்துக் கொடுத்தார். அதே ஆண்டில் சென்னை ரோஜா முத்தையா ஆராய்ச்சி நூலகத்தில் சிந்துவெளி நாகரிகம் பற்றி மீண்டும் ஒரு ஆய்வுரை ஆற்ற என்னை அழைத்தார். 2011-ல் உலகத் தமிழ் ஆராய்ச்சி நிறுவனத்தில் "சிந்துவெளி நாகரிகமும் சங்க இலக்கியமும் என்ற தலைப்பில் பேராசிரியர் மால்கம் ஆதிசேஷையா நினைவுச் சொற்பொழிவாற்ற என்னை அழைத்தனர். இந்நிகழ்ச்சிக்கு ஐராவதம் மகாதேவன் தலைமையேற்று, என்னை ஊக்குவித்தார்.

இதைவிட வேறென்ன வேண்டும் எனக்கு:?

'நினைத்தது பலித்தது என்பது
ஆரூடம் அல்ல
ஆளுமை.

நினைப்பு என்பது
நிகழ்வின் விதை.
நிகழ்வு என்பது
நினைப்பின் கிளை.

நினைத்தது நடந்ததென்பது
ஆசை மனத்தின்
அறுவடை அல்ல.
மனம் தொட்ட புள்ளியை
கை தொட்ட கணத்தில்
பரவசமூட்டும்
பயணக் கொடை.

நினைத்ததை நோக்கி
நினைத்தவன் நடப்பதால்
நினைத்தது நடக்கிறது.

எது நெகிழ்ச்சி அளிக்கிறதோ
அதுவே மகிழ்ச்சியளிக்கிறது

ஜாஜ்பூருக்கும் எனக்கும் அப்படியென்ன விட்ட குறை, தொட்டகுறை என்பது எனது நண்பர்கள் அவ்வப்போது என்னிடம் கிண்டலாகக் கேட்கிற கேள்வி. எதுவும் பூர்வஜென்மத் தொடர்பா! என்று எனது மனைவிகூடக் கேட்டிருக்கிறார். ஜாஜ் பூர், ஒடிஸாவிலுள்ள மாவட்டத் தலைநகர்களில் ஒன்று.

மசூரியில் பயிற்சி முடிந்து 1986-ல் நான் முதன் முதலில் உதவி ஆட்சியராகப் பணி நியமனமானது இங்கேதான். அப்போது ஜாஜ்பூர் ஒருங்கிணைந்த கட்டாக் மாவட்டத்தின் ஒருபகுதியாக இருந்தது. பின்னர் தனி மாவட்டமானது.

1999-ல் ஒடிஸாவின் கடலோர மாவட்டங்களை நிலைகுலையச் செய்து பத்தாயிரம் பேரின் உயிரைப் பலிகொண்ட பெரும் புயலின் சீற்றத்தால் மிகவும் பாதிக்கப்பட்ட மாவட்டங்களில் ஜாஜ்பூரும் ஒன்று. அப்போது நிலைமை கட்டுமீறிச் சென்றதால் நிவாரணப் பணிகளைக் கவனிப்பதற்காக அவசர கால அடிப்படையில் என்னை அந்த மாவட்டத்தின் மாவட்ட ஆட்சித் தலைவராக இரண்டு மாத காலத்திற்கு அரசு நியமித்தது. சாலைகள் சின்னாபின்னமாகிக் கிடந்ததால் படகிலும், மோட்டார் சைக்கிளிலும் சென்று பொறுப்பேற்க வேண்டிய நிலைமை.

அதைத் தொடர்ந்து, சில ஆண்டுகளுக்குப் பின்னர் பெரும் வெள்ள அபாயம் நேர்ந்தபோது, கூடுதல் பேரிடர் மேலாண்மை ஆணையராக அங்கு சென்று நிவாரணப் பணிகளைக் கவனித்தேன்.

இவ்வாறு அங்கு பேரிடர் நேரும் போதெல்லாம் அரசு என்னை அனுப்பி வைத்ததால், புயல் அறிவிப்பு வந்துவிட்டாலே எனது நண்பர்கள் எனது ஜாஜ்பூர் நியமனம் பற்றிப் பேசத் தொடங்கிவிடுவார்கள். ஒருமுறை, நான் பணி நிமித்தமாக லண்டன் சென்றிருந்தபோது, வங்கக்கடலில் புயல் சின்னம் உருவானது. தேவைப்பட்டால் அடுத்த விமானத்தில் திரும்பி வரவேண்டியிருக்கும் என்று தலைமைச்செயலர் என்னைத் தொலைபேசியில் தொடர்புகொண்டு சொன்னார். இதற்குள்,

ஜாஜ்பூர்க்காரர்களிடமிருந்து நான்கைந்து போன் வந்துவிட்டதாக எனது மனைவியும் தெரிவித்தார்.

ஜாஜ்பூரில் மீட்பு மற்றும் நிவாரணப் பணிகள் நடை பெறும் விதம் குறித்து, நேஷனல் ஜ்யாகிரபி தொலைக்காட்சிக் குறும்படத்தில் காட்சிகள் இடம்பெற்றன. இத்தகைய நிவாரணப் பணிகளின்போது ஓய்வுறக்கமின்றி வேலைபார்க்க வேண்டியிருக்குமென்பதோடு நூற்றுக்கணக்கான பொதுமக்களையும் தினமும் சந்தித்துக் குறைதீர்க்க வேண்டியிருக்கும்.

நேரில் பார்த்து மனு கொடுப்பதற்குத் தொடர்ந்து பொதுமக்கள் வருவதால் அரைமணி நேரத்திற்கொரு முறை அறையிலிருந்து வெளியே வந்து மனுக்களைப் பெறுவதை வழக்கமாகக் கொண்டிருந்தேன். அவ்வாறு, மனுக்களைப் பெற்றுக்கொண்டு வேறு வேலைகளைக் கவனிக்கும்போது, எனது உதவியாளர் ஒருவர் ஒரு குறிப்பிட்ட கிராமத்திலிருந்து பத்துப் பதினைந்து பேர் வந்திருப்பதாகச் சொன்னார். அரைமணி நேரத்திற்கொருமுறை மனுக்களைப் பெற வெளியே வருவார் என்று சொன்னதாகவும், அதற்கு அவர்கள் மனு எதுவும் கொடுக்க வரவில்லை. சும்மா பார்த்துவிட்டுச் செல்வதற்காக வந்திருக்கிறோம் என்று சொல்வதாகவும் குறிப்பிட்டார். எனக்குப் புரியவில்லை. தலைக்குமேல் வேலை கிடக்கும்போது 'சும்மா என்ன பார்ப்பதற்கு இருக்கிறது; யார் இவர்கள்? என்ற எண்ணத்தில் எழுந்து வெளியே வந்தேன்.

கிராமத்துக்காரர்கள் பத்துப் பன்னிரண்டு பேர் நின்று கொண்டிருந்தார்கள். என்ன பிரச்சினை என்று கேட்டேன். "பிரச்சினை எதுவும் இல்லை. பார்ப்பதற்காகத்தான் வந்தோம். பலவருடங்களுக்கு முன் நீங்கள் இங்கு சப்கலெக்டராக வேலை பார்க்கும்போதே கேள்விப்பட்டிருக்கிறோம். பிறகு புயல் சேதம் ஏற்பட்டபோது கலெக்டராக வந்தீர்கள். இப்போதும் வெள்ள நிவாரணப்பணியில் வந்திருக்கிறீர்கள். உங்கள் சொந்த ஊர் தென்னிந்தியாவில் உள்ளது என்று கேள்விப்பட்டோம். நேரில் எப்படி இருக்கிறீர்கள் என்று பார்க்க ஆசையாக இருந்தது. அதுதான் வந்தோம்" என்றார்கள். எனக்கு அவ்வளவாகச் சமாதானமாகவில்லை. ஏதோ தயங்குகிறார்கள் என்று நினைத்து, "நேரில் வந்தது வந்துவிட்டீர்கள். பிரச்சினை எதுவும் இருந்தால் சொல்லுங்கள். எதுவும் மனு இருந்தால் கொடுங்கள்" என்றேன். அவர்கள் சொன்னதையே திரும்பச் சொல்லிவிட்டுப் புறப்பட்டார்கள்,

அவர்கள் அனைவரும் அங்கே நின்றிருந்த வாடகை வேன் ஒன்றில் ஏறச் சென்றபோது அவர்களில் ஒருவரை அழைத்து, "வண்டியில் வந்திருப்பீர்கள் போலிருக்கிறதே" என்றேன். "ஆம், வெகு

தூரம் என்பதால் நாங்கள் அனைவரும் ஆளுக்கு ஐம்பது ரூபாய் போட்டு வாடகைவண்டி பிடித்துவந்தோம்" என்று சொன்னார். புரியாமல் நான் நெகிழ்ந்து நின்றேன்.

ஆட்சிப் பணியில் கிடைத்த விருது, பாராட்டுரைகள், சிறப்புகள் அனைத்தையும் விட நான் பெரிதாய் நினைப்பது முகம் தெரியாத இந்த மனிதர்களின் அங்கீகாரத்தைத்தான்.

இருட்டு வணிகர்கள்
ஏதேனும் சொல்லட்டும்.
வெளியே உலகம்
வெளிச்சமாகத்தான் இருக்கிறது

கேரளத்தில்,
குலுக்கலில் விழுந்த
கோடி ரூபாயை
'அமுக்கி' விடாமல்
உரியவரைத் தேடி
ஒப்படைத்தவர்
ஒரு பெட்டிக்கடைக்காரர்.
அவரை விடவும்
பெரிய மனிதன்
இந்த தேசத்தில்
எந்தப் பணக்காரன்?

நிறைவும் குறைவும்
நெஞ்சில் இருக்கிறது.

எது நெகிழ்ச்சி அளிக்கிறதோ,
அதுவே
மகிழ்ச்சியளிக்கிறது.

புதிய பூமி

கனவுகள் இல்லாத உலகம் எப்படி இருக்கும்? இருந்த இடத்தில் இருக்கும். இயங்கத் தயங்கும். வெந்ததைத் தின்னும். விதி வந்தால் சாகும்.

தென் ஆப்பிரிக்காவில் 'செட்டில்' ஆன மோகன் தாஸ் கரம்சந்த் காந்தி இந்தியாவிற்கு விருந்தாளியாக மட்டும் வந்துபோய் இருப்பார். பாரதியார் பழைய ஆத்திச்சூடிக்குப் பதவுரை எழுதிக் கொண்டிருந்திருப்பார். இளையராஜாவின் இசை பண்ணைப்புரத்தில் பதுங்கியிருக்கும். சிவகாசிக்காரர்கள் வருண பகவானைக் கெட்ட வார்த்தைகளால் திட்டிக் கொண்டிருப்பார்கள். சேரிப்பாளையம் ஜீவா நந்தினியின், மடுவங்கரை பிரேம்குமாரின் முகத்தையோ முகவரியையோ நாம் அறிந்திருக்கவே மாட்டோம்.

முன்னேறும் கனவுதான் உலகை முன்னெடுத்துச் செல்கிறது. கால் நடக்கும் முன்பே கருத்து நடக்கிறது. முடியாதென நினைத்த முகடுகளைத் தொடுகிறது. முடியும் என நினைத்து முடித்து விடுகிறது.

மாறாக, கனவுகள் இல்லாத உலகத்தில் எதிர்நோக்க எதுவும் இல்லை. எதிர்நோக்கு இல்லாமல் ஏற்றம் இல்லை. கனவுகள் இல்லாத உலகம் சிறகுகள் இல்லாத உலகம். அங்கே பறவைகள் மட்டுமே வானில் பறக்கும். ஆமைகள் மட்டுமே கடல் கடக்கும். சாத்தூர் மாலதியும், பழனி இருளாயியும் சாதித்திருக்கமாட்டார்கள்.

நல்ல வேளை.

கஞ்சத்தனம் இல்லாமல் கனவு காண்கிறது உலகம்.

புதுப் புதுக் கனவுகளால் பூமி தன்னைப் புதுப்பித்துக் கொள்கிறது.

கனவுகள் இல்லாத
உலகத்தைக்
கொஞ்சம்
கற்பனை செய்து
பாருங்கள்.

உலகின்
முதற் குயவன்
செய்த முதல் பானை,
ஆதி உழவனின்
அதிசயக் கலப்பை;
சிக்கி முக்கிக் கல்லில்
சிதறிய தீப்பொறி;
புதிய கடல் வழி;
நீராவி செலுத்திய
நீள வண்டி;
நிலவில் மனிதன்;
எல்லைகளை மறுக்கும்
இணைய தளம்
இவையெல்லாம்
இல்லாத உலகம்.

இந்த
உலகைச் செலுத்தும்
உந்து விசை எது?
கனவுகள் தானே.

சிறகுக்குள் வானம்

பிலிப் குரோய்சோன் (வயது 44) என்ற பிரெஞ்சுக்காரர் இங்கிலீஷ் கால்வாயை நீந்திக் கடந்தவர். அடுத்ததாக, உலகின் ஒருமையை வலியுறுத்தும் வண்ணம், உலகின் கண்டங்களை ஒன்றோடொன்றிணைக்கும் நீரிணைகளை (Straits) ஒவ்வொன்றாக நீந்திக் கடப்பதென்றும் முடிவு செய்திருக்கிறார்.

இங்கிலீஷ் கால்வாயை இவருக்கு முன்பே ஆண்கள், பெண்கள் பலரும் நீந்திக் கடந்திருக்கிறார்கள். எனவே, இதில் என்ன வியப்பிருக்கிறது என்று கேட்கலாம். வியப்பு இருக்கிறது. ஏனென்றால், பிலிப்பிற்கு கால்களும் கிடையாது. கைகளும் கிடையாது. 1994 இல், கடுமையாக மின்சாரம் தாக்கிக் கருகிப்போனதால் அவரது கால்களையும் கைகளையும் மருத்துவர்கள் அப்போதே வெட்டியெடுத்துவிட்டார்கள்.

மருத்துவமனையில் சிகிச்சை பெறும்போது ஒரு நீச்சல் வீராங்கனை பற்றிய குறும்படம் ஒன்றைத் தொலைக்காட்சியில் பார்த்த பிலிப்பிற்கு திடீரென்று ஓர் ஆசை வந்தது. தானும் ஒரு நீச்சல் வீரராய் ஆகவேண்டும் என்பது தான் அந்த ஆசை. செயற்கைக் கால்களையும் மீனிறகு போன்ற செயற்கைத் துடுப்பையும் பொருத்திக்கொண்டு இரண்டு ஆண்டுகள் தினமும் தவறாமல் 5 மணி நேரம் தீவிர நீச்சல் பயிற்சி செய்தார்.

இந்தப் பயிற்சிகளுக்கிடையே. பேச்சொலியை வரிவடிவமாக்கும் (speech-to-text) கணிப்பொறி மென்பொருளின் துணைகொண்டு வாழ்வதென்று முடிவெடுத்தேன்' என்ற தலைப்பில் பிரெஞ்சு மொழியில் நூலொன்றை எழுதி வெளியிட்டார். ஒருமுறை விமானத்திலிருந்து பாராசூட்டில் குதித்து தனது நெஞ்சுறுதியை நிலைநாட்டிக்கொண்டார்!

2010 ஆம் ஆண்டு, செப்டம்பர் 18 ஆம் நாள் இங்கிலீஷ் கால்வாயை பதினான்கு மணிநேரத்திற்குள் கடந்து சாதனை புரிந்தார். கால்வாயைக் கடந்ததும் பிலிப் சொன்னார். "நீந்தும் போது வலி இருந்தது. இருந்தாலும் நீந்திக் கடந்துவிடுவேன் என்ற நம்பிக்கை இருந்தது."

கைகளும் கால்களும் இல்லாமல் கடந்த கால்வாய்.

உண்மையில் நீந்தியது எது நம்பிக்கை தானே.

யார் சொன்னது, கால்கள் மட்டும்தான் நடக்கும், சிறகுகள் மட்டும்தான் பறக்கும் என்று?

வானம் மிகப் பெரிது.
சிறகு மிகச் சிறிது.
அதனால் என்ன?
அவரவர் வானம், அவரவர் சிறகு.

எழத் துணியும் எதையும்
இழுத்துப் பிடிக்கிறது பூமி.
மீறி எழுவதே
மேலே பறக்கிறது.

பறக்கும் போது
சிறகும் வானும் வேறுவேறல்ல.
வானிலிருக்கும் சிறகுக்குள்ளும்
வானம் இருக்கிறது.

நிலவில் மனிதனின் சுவடுகள்
செவ்வாயில் அவனது சிறகுகள்.
மனிதன் பறப்பதை
அண்ணாந்து பார்த்தன
ஆகாயப்பறவைகள்.

பறவைகளாயினும்,
மனிதர்களாயினும்,
சிறகுகள் வெறும்

இறகுகள் அல்ல.

ஆளுமைப் பத்து

வள்ளுவர் கூறும் வாழ்வியல் கருத்துக்கள், ஆளுமைப் பண்புகள், மேலாண்மை நுட்பங்கள் , தனி மனிதர்கள், குடும்பம், சமுதாயம், நாடு, உலகம் என்ற எல்லா நிலைகளிலும் நம்மை நெறிப்படுத்தி வளப்படுத்தும் திறம் கொண்டனவாய்த் திகழ்கின்றன. இன்றைய இளைஞர்களின் கனவு மெய்ப்பட, அவர்தம் ஆளுமைப் பண்புகளுக்கு வலுச்சேர்க்க, நான் பரிந்துரைக்கும் பத்துக் குறட்பாக்கள் இந்த ஆளுமைப் பத்து.

1. **வெள்ளத்து அனைய மலர்நீட்டம், மாந்தர்தம்**
   உள்ளத்து அனையது உயர்வு. (595)

தண்ணீரிலே மலரும் பூவின் தாளினுடைய நீளம், தண்ணீர் உயரத்துக்கு இருக்கும். அதுபோல் மனத்தில் ஊக்கம் உள்ள அளவுக்கு உயர்வு இருக்கும்.

2. **கான முயல் எய்த அம்பினில் யானை**
   பிழைத்தவேல் ஏந்தல் இனிது. (772)

காட்டு முயலைக் குறி தவறாமல் எய்தி வீழ்த்திக் கொன்ற அம்பை ஏந்துவதைக் காட்டிலும், யானை மேல் எறிந்து குறி தவறிய வேலைத் தாங்குதல் சிறந்தது.

3. **தெய்வத்தான் ஆகாது எனினும் முயற்சிதன்**
   மெய்வருத்தக் கூலி தரும். (519)

ஊழின் காரணத்தால் ஒரு செயல் முடியாமல் போனாலும், முயற்சி தன் உடம்பு வருந்திய வருத்தத்தின் கூலியையாவது கொடுக்கும்.

4. **அருவினை என்ப உளவோ கருவியான்**
   காலம் அறிந்து செயின். (483)

தகுந்த கருவிகளோடு, காலம் அறிந்து செயல்பட்டால் வெற்றியடைவதற்கு முடியாத செயல் என்று எதுவும் இல்லை,

5. **எனைத்திட்பம் எய்தியக் கண்ணும் வினைத்திட்பம்**
   வேண்டாரை வேண்டாது உலகு. (பி70)

வேறு எத்தகைய உறுதி உடையவராக இருந்தாலும், செய்யும் தொழிலில் உறுதி இல்லாதவரை உலகம் விரும்பிப் போற்றாது.

6. கற்றாருள் கற்றார் எனப்படுவர் சுற்றார் முன்

கற்ற செலச்சொல்லு வார். 1723)

கற்றவர்களுள் கற்றவர் என்று புகழப்படுகின்றவர்கள் கற்றவர் அனைவரின் முன், தாம் கற்றதை அவர்கள் ஏற்றுக் கொள்ளுமாறு சொல்லக் கூடியவர்களேயாவர்.

7. வினைக்கண் வினைகெடல் ஓம்பல்; வினைக்குறை

தீர்ந்தாரின் தீர்ந்தன்று உலகு. (612)

ஒரு செயலைச் செய்து முடிக்காமல் இடையில் விட்டவரை உலகம் கைவிடும். ஆதலால் முயற்சியைக் கைவிடல் ஆகாது.

8. நெடுநீர் மறவி மடிதுயில் நான்கும்

கெடுநீரார் காமக் கலன். (605)

சோம்பலும், காலம் நீட்டித்துக் காரியம் செய்யும் குணமும், மறதியும், உறக்கமும் ஆகிய இந்த நான்கு குணங்களும், அழியும் இயல்புடையார் விரும்பி ஏறும் மரக்கலமாகும்.

9. மேல் இருந்தும் மேல் அல்லார் மேல்அல்லர்; கீழிருந்தும்

கீழ் அல்லார் கீழ் அல் லவர் (973)

செயற்கரிய செய்யாத சிறியவர்கள் உயர்ந்த நிலையில் இருந்தாலும் பெரியவராகார். செயற்கரிய செய்த பெரியவர்கள் தாழ்ந்திருந்தாலும் சிறியவராகார்.

10.அறன்ஈனும் இன்பமும் ஈனும் திறன் அறிந்து

தீதுஇன்றி வந்த பொருள். (754)

சேர்க்கும் திறம் அறிந்து, தீமையொன்றும் இல்லாமல் சேர்க்கப்பட்ட பொருள் ஒருவனுக்கு அறத்தையும் கொடுக்கும்; இன்பத்தையும் கொடுக்கும்.

(* உரை: பி.எஸ். ஆச்சார்யா)

குறள்,
ஒரு தனிமனிதனின் குரல் அல்ல.
ஓர் உயர்நாகரிகத்தின்
ஒட்டுமொத்தத் தெளிவின்
திரள்.

திருக்குறளை
மொழிபெயர்ப்பில்
படித்தால் கூட
முன்னேறிவிடலாம்.
தமிழில் படிக்கும்
வாய்ப்பைப் பெற்றவர்கள்
வரம்பெற்றவர்கள்.

“இதனை, இதனால், இவன்'
என்ற
'இ-மூன்று” கோட்பாட்டில்
அன்றும் இன்றும்
என்றும் இயங்கும்
மனிதவளத்தின்
மகத்துவப் பெருமை.

“தீதின்றி வந்த பொருள்'
என்னும் பொதுமறையின்
ஆழத்தில் உயிர்த்திருக்கும்,

அறம் சார்ந்த பொருளியலின்
அடி மூச்சு.

மனநலம் பேண
மருந்தொன்று உண்டு.
தினம் ஒரு திருக்குறள்.

www.ingramcontent.com/pod-product-compliance
Lightning Source LLC
LaVergne TN
LVHW100838051026
849519LV00006B/2341
* 9 7 8 9 3 8 8 9 8 6 5 1 9 *